ENDALA INDVERSKA MASALA BOKS MAÐRABÓKIN

Ferðalag með kryddi í gegnum 100 bragðgóðar uppskriftir

Jóhann Hólmarsson

Höfundarréttarefni ©2023

Allur réttur áskilinn

Engan hluta þessarar bókar má nota eða senda á nokkurn hátt eða á nokkurn hátt án skriflegs samþykkis útgefanda og höfundarréttarhafa, nema stuttar tilvitnanir sem notaðar eru í umsögn. Þessi bók ætti ekki að koma í staðinn fyrir læknisfræðilega, lögfræðilega eða aðra faglega ráðgjöf.

EFNISYFIRLIT

EFNISYFIRLIT 3
INNGANGUR 6
MORGUNMATUR 7
   1. Masala eggjakaka 8
   2. Upma 10
   3. Masala Dosa 12
   4. Chai Cooler 14
   5. Blómkálsfyllt Paratha 16
   6. Spínatfyllt brauð 18
   7. Bragðmikið hveiti með kasjúhnetum 20
   8. Chai kryddað heitt súkkulaði 22
   9. Chai Kurdi 24
   10. Suður-indverskar crêpes 26
   11. Kjúklingabaunamjöl Crêpes 29
   12. Hveitikrem 31
   13. Masala Tofu Scramble 33
   14. Sætar pönnukökur 35
   15. Chai Latte grautur 37
LÍTIL PLÖTUR 39
   16. Kryddað helluborðspopp 40
   17. Masala Papad 42
   18. Poha (flötuð hrísgrjón) með ertum 44
   19. Ristar Masala hnetur 46
   20. Chai-kryddaðar ristaðar möndlur og kasjúhnetur 48
   21. Bakaðir grænmetisferningar 50
   22. Chai kryddaðar ristaðar hnetur 52
   23. Kjúklingapoppar 54
   24. Ristað eggaldin ídýfa 56
   25. Kryddaðar sætar kartöflubökur 59
   26. Sharon's grænmetissalatsamlokur 62
   27. Sojajógúrt Raita 64
   28. Norður-indverskur hummus 66
   29. Chai kryddað popp 68
KÚKÆNUR, BAUNIR OG LINSUBAUNIR 70
   30. Brenndar Masala baunir eða linsubaunir 71
   31. Quickie Masala baunir eða linsubaunir 73
   32. Norður-indverskar karríbaunir eða linsubaunir 75
   33. Suður-indverskar baunir með karrýlaufum 77
   34. Goan-innblásið karrí með kókosmjólk 79
   35. Chana Masala belgjurtir 81
   36. Púndjabískar karrýbaunir 83
   37. Sambhar-innblásinn karrý á helluborði 85
   38. Hægt eldaðar baunir og linsubaunir 87
   39. Chana og Split Moong Dal með piparflögur 89

GRÆNMETI 91
40. Kryddað tófú og tómatar 92
41. Kúmen kartöflukássa 94
42. Sinnepsfræ kartöflukássa 96
43. Púndjabístíll hvítkál 98
44. Hvítkál með sinnepsfræjum og kókoshnetu 100
45. Strengjabaunir með kartöflum 102
46. Eggaldin með kartöflum 104
47. Masala rósakál 107
48. Rófur með sinnepsfræjum og kókoshnetu 109
49. Rifinn Masala Squash 111
50. Cashew-fyllt eggaldin 113
51. Kryddað spínat með „Paneer" 116
52. Karrí vetrarmelóna 118
53. Fenugreek-spínat kartöflur 120
54. Brakandi okra 122

SALÖT OG MEÐBÆR 124
55. Kryddbaunasalat 125
56. Mung sprotasalat mömmu 127
57. Chickpea Popper Street Salat 129
58. Götukornasalat 131
59. Stökkt gulrótasalat 133
60. Granatepli Chaat 135
61. Masala ávaxtasalat 137
62. Hlýtt Norður-indverskt salat 139
63. Kalt indverskt götusalat 141
64. Appelsínusalat 143

SÚPUR 145
65. Norður-indversk tómatsúpa 146
66. Engifer sojamjólkursúpa 148
67. Seitan Mulligatawny súpa 150
68. Kryddgræn súpa 153
69. Suður-indversk tómat- og tamarindsúpa 155
70. Krydd linsubaunasúpa (Masoor Dal súpa) 157
71. Tómat- og kúmensúpa 159
72. Krydd graskerssúpa 161
73. Kryddaður tómatur Rasam 163
74. Kóríander og myntu súpa 165

KARÍUR 167
75. Graskerkarrí með krydduðum fræjum 168
76. Tamarind Fish Curry 170
77. Lax í karríi með saffransbragði 172
78. Okra karrý 174
79. Grænmetis kókos karrý 176
80. Basic grænmetiskarrí 178
81. Kálkarrí 180

82. Blómkálskarrí 182
83. Blómkál og kartöflukarrí 184
84. Blandað grænmeti og linsukarrý 186
85. Kartöflu-, blómkáls- og tómatkarrý 188
86. Graskerkarrí 190
87. Hrærið grænmeti 192
88. Tómatkarrí 194
89. Hvítur graskálkarrí 196
EFTIRLITUR **198**
   90. Chai Latte bollakökur 199
   91. Masala Panna Cotta 202
   92. Masala hrísgrjónabúðingur 204
   93. Chai ís 207
   94. Masala ostakaka 210
   95. Masala Chai Tiramisu 213
   96. Chai Spice Apple Crisp 216
   97. Kardimommukryddaður Kheer (indverskur hrísgrjónabúðingur) 219
   98. Gulab Jamun 221
   99. Masala Chai kryddkaka 223
   100. Chai kryddaðar smákökur 225
NIÐURSTAÐA **227**

KYNNING

Í hverju indversku eldhúsi er masalakassinn meira en bara kryddsafn; þetta er heilagt ker sem geymir lykilinn að fjársjóði bragðtegunda, sinfóníu ilma sem dansa um loftið og vegabréf að matreiðsluferð sem spannar lengd og breidd undirheimsins.

Þegar við opnum blaðsíður þessarar matreiðslubókar, sjáið fyrir okkur hina iðandi kryddmarkaði í Gamla Delí, þar sem loftið er fyllt með æðislegum ilm af kúmeni, kóríander og kardimommum. Sjáðu fyrir þér eldhús heimakokka víðs vegar um Indland, þar sem listin að nota krydd hefur verið fullkomin í gegnum aldirnar og búið til rétti sem eru jafn fjölbreyttir og landið sjálft. " ENDALA INDVERSKA MASALA BOKS MAÐRABÓKIN" er miðinn þinn í þennan kaleidoscopic heim smekksins, sem býður upp á 100 bragðgóðar uppskriftir sem fanga kjarna indverskra matreiðsluhefða.

Í könnun okkar fögnum við ekki bara innihaldsefnunum heldur sögunum, hefðum og menningarlegum blæbrigðum sem gera hvern rétt að einstökum tjáningu á ríkri arfleifð Indlands. Allt frá eldheitum karríum suðursins til arómatískra biryanis norðursins, hver uppskrift er vitnisburður um matargerðarfjölbreytileikann sem sameinar þetta víðfeðma og kraftmikla undirálfu.

Hvort sem þú ert vanur kokkur sem er fús til að ná tökum á ranghala indverskri matreiðslu eða heimakokkur sem er tilbúinn að leggja af stað í bragðmikið ævintýri, þá er þessi matreiðslubók félagi þinn. Vertu með mér þegar við afhjúpum leyndarmál masala kassans, þar sem gullgerðarlist kryddsins umbreytir auðmjúku hráefninu út í óvenjulega sköpun. Við skulum kafa ofan í hjarta indverskra eldhúsa, þar sem sérhver máltíð er hátíð og hver réttur er virðing fyrir listfengi kryddblöndunar.

Svo, með namaste og hlýju viðmóti, láttu ferðina hefjast - ferð um líflega markaði, iðandi göturnar og eldhúsin þar sem töfrar masalas lifna við. Megi eldhúsið þitt fyllast af kraftinum, hlýjunni og ógleymanlegu bragði sem gera indverska matargerð að eilífri unun. Góða eldamennsku!

Morgunmatur

1. Masala eggjakaka

HRÁEFNI:
- 2-3 egg
- 1/4 bolli fínt saxaður laukur
- 1/4 bolli saxaðir tómatar
- 1-2 grænt chili, saxað
- 1/4 tsk kúmenfræ
- 1/4 tsk túrmerikduft
- 1/4 tsk rautt chili duft
- Salt eftir smekk
- Hakkað kóríanderlauf til skrauts

LEIÐBEININGAR:
a) Þeytið egg í skál og bætið við söxuðum lauk, tómötum, grænum chili, kúmenfræjum, túrmerikdufti, rauðu chilidufti og salti.
b) Blandið vel saman og hellið blöndunni á heita, smurða pönnu.
c) Eldið þar til eggjakakan er stíf, snúið við og eldið hina hliðina.
d) Skreytið með söxuðum kóríanderlaufum og berið fram heitt.

2.Uppma

HRÁEFNI:
- 1 bolli semolina (sooji/rava)
- 1/2 tsk sinnepsfræ
- 1/2 tsk urad dal
- Karrí lauf
- 1/2 bolli saxaður laukur
- 1 tsk rifinn engifer
- 1-2 grænt chili, saxað
- Blandað grænmeti (gulrætur, baunir, baunir) - 1/2 bolli
- 1/4 tsk túrmerikduft
- Salt eftir smekk
- Kasjúhnetur til skrauts
- Ghee til að elda

LEIÐBEININGAR:
a) Ristið semolina á pönnu þar til það verður gullinbrúnt. Setja til hliðar.
b) Hitið ghee á annarri pönnu og bætið við sinnepsfræjum, urad dal, karrýlaufum, söxuðum lauk, rifnum engifer og grænu chili.
c) Bætið við blönduðu grænmeti og steikið þar til það er eldað að hluta.
d) Bætið ristuðu semolina, túrmerikdufti, salti út í og blandið vel saman.
e) Hellið heitu vatni og hrærið stöðugt til að forðast kekki. Eldið þar til upman er loftkennd.
f) Á sérstakri pönnu, steikið kasjúhnetur þar til þær eru gullnar og bætið við upma áður en þær eru bornar fram.

3. Masala Dosa

HRÁEFNI:
- Dosa deig
- 2-3 kartöflur, soðnar og stappaðar
- 1/2 tsk sinnepsfræ
- 1/2 tsk urad dal
- Karrí lauf
- 1/2 bolli saxaður laukur
- 1-2 grænt chili, saxað
- 1/4 tsk túrmerikduft
- 1/2 tsk garam masala
- Salt eftir smekk
- Olía til að elda dosa

LEIÐBEININGAR:
a) Hitið olíu á pönnu og bætið sinnepsfræjum, urad dal og karrýlaufum út í.
b) Bætið við söxuðum lauk, grænum chili og steikið þar til laukurinn er gullinbrúnn.
c) Bætið við kartöflumús, túrmerikdufti, garam masala og salti. Blandið vel saman.
d) Dreifið dosa deiginu á heita pönnu, bætið skeið af kartöflublöndunni út í og dreifið á dosa.
e) Eldið þar til dosan er stökk. Berið fram heitt með kókoschutney og sambar.

4.Ch ai Cooler

Hráefni:
- ¾ bolli chai, kælt
- ¾ bolli vanillu sojamjólk, kæld
- 2 matskeiðar frosið eplasafaþykkni, þiðnað
- ½ banani, sneiddur og frosinn

LEIÐBEININGAR:
a) Blandaðu saman chai, sojamjólk, eplasafaþykkni og banani í blandara.
b) Blandið þar til slétt og rjómakennt.
c) Berið fram strax.

5.Blómkálsfyllt Paratha

HRÁEFNI:

- 2 bollar (300 g) rifið blómkál ¼ haus)
- 1 tsk gróft sjávarsalt
- ½ tsk garam masala
- ½ tsk túrmerikduft
- 1 lota Basic Roti deig

LEIÐBEININGAR:

a) Blandið saman blómkáli, salti, garam masala og túrmerik í djúpri skál.

b) Þegar fyllingunni er lokið skaltu byrja að rúlla út roti deigið. Byrjaðu á því að búa til Basic Roti Deig. Dragðu af stykki á stærð við golfkúlu (um 5 cm í þvermál) og rúllaðu honum á milli beggja lófa til að móta hann í kúlu. Þrýstu því á milli beggja lófa til að fletja það aðeins út og rúllaðu því út á létt hveitistráðu yfirborði þar til það er um 5 tommur (12,5 cm) í þvermál.

c) Setjið dúkku (hrúga matskeið) af blómkálsfyllingunni rétt í miðju útrúllaða deigsins. Brjótið inn allar hliðar þannig að þær hittist í miðjunni, gerðu í rauninni ferning. Dýfðu báðum hliðum ferningsins létt í þurru hveiti.

d) Flettu því út á yfirborði sem er létt með hveiti þar til það er þunnt og hringlaga, um það bil 10 tommur (25 cm) í þvermál. Það er kannski ekki alveg kringlótt og eitthvað af fyllingunni gæti farið örlítið í gegn, en það er allt í lagi.

e) Hitið tava eða þunga pönnu við meðalháan hita. Þegar það er orðið heitt skaltu setja parathas á pönnuna og hita í 30 sekúndur, þar til það er bara nógu þétt til að snúa við en ekki alveg hart eða þornað. Þetta skref er mikilvægt til að búa til virkilega dýrindis Parathas. Það mun líta út eins og það sé rétt að eldast en samt svolítið hrátt. Eldið í 30 sekúndur á hinni hliðinni. Á meðan, smyrjið létt yfir hliðina sem snýr upp, snúið henni við, smyrjið létt á hina hliðina og steikið báðar hliðar þar til þær eru aðeins brúnar. Berið fram strax með smjöri, sætri sojajógúrt eða indverskri súrum gúrkum (achaar).

6.Spínatfyllt brauð

HRÁEFNI:
- 3 bollar (603 g) 100% heilhveiti chapati hveiti (atta)
- 2 bollar (60 g) ferskt spínat, snyrt og smátt saxað
- 1 bolli (237 ml) vatn
- 1 tsk gróft sjávarsalt

LEIÐBEININGAR:
a) Blandið saman hveiti og spínati í matvinnsluvél. Þetta verður að mola blanda.
b) Bætið við vatninu og salti. Vinnið þar til deigið verður að klístrað kúlu.
c) Flyttu deigið í djúpa skál eða á létt hveitistráða borðplötuna þína og hnoðið í nokkrar mínútur þar til það er slétt eins og pizzadeig. Ef deigið er klístrað, bætið þá aðeins meira hveiti við. Ef það er of þurrt skaltu bæta við aðeins meira vatni.
d) Dragðu af deiginu á stærð við golfkúlu (um 5 cm í þvermál) og rúllaðu honum á milli beggja lófa til að móta hann í kúlu. Þrýstu því á milli beggja lófa til að fletja það aðeins út og rúllaðu því út á létt hveitistráðu yfirborði þar til það er um 5 tommur (12,5 cm) í þvermál.
e) Hitið tava eða þunga pönnu við meðalháan hita. Þegar það er orðið heitt, setjið Paratha á pönnuna og hitið í 30 sekúndur, þar til það er bara nógu þétt til að snúa við en ekki alveg hart eða þurrkað.
f) Eldið í 30 sekúndur á hinni hliðinni. Á meðan, smyrjið létt yfir hliðina sem snýr upp, snúið henni við, smyrjið létt á hina hliðina og steikið báðar hliðar þar til þær eru aðeins brúnar.
g) Berið fram strax með smjöri, sætri sojajógúrt eða indverskri súrum gúrkum (achaar).

7. Bragðmikið hveiti með kasjúhnetum

HRÁEFNI:
- 1 bolli (160 g) sprungið hveiti
- 1 matskeið olía
- 1 tsk svört sinnepsfræ
- 4–5 karrýlauf, gróft skorin
- ½ meðalgulur eða rauðlaukur, afhýddur og skorinn í teninga
- 1 lítil gulrót, afhýdd og skorin í teninga
- ½ bolli (145 g) baunir, ferskar eða frosnar
- 1–2 taílenskt, serrano eða cayenne chiles,
- ¼ bolli (35 g) hráar kasjúhnetur, þurrristaðar
- 1 tsk gróft sjávarsalt
- 2 bollar (474 ml) sjóðandi vatn
- Safi úr 1 meðalstórri sítrónu

LEIÐBEININGAR:
a) Í þungri sautépönnu við miðlungsháan hita, þurrsteikið sprungið hveiti í um það bil 7 mínútur, þar til það er aðeins brúnt. Færið yfir á disk til að kólna.
b) Hitið olíuna á djúpri, þungri pönnu við meðalháan hita.
c) Bætið sinnepsfræjunum út í og eldið þar til þau eru suðandi, um það bil 30 sekúndur.
d) Bætið karrýlaufunum, lauknum, gulrótinni, baunum og chiles út í. Eldið í 2 til 3 mínútur, hrærið af og til, þar til laukurinn byrjar að brúnast aðeins.
e) Bætið hveiti, kasjúhnetum og salti saman við. Blandið vel saman.
f) Bætið sjóðandi vatninu út í blönduna. Gerðu þetta mjög varlega, því það mun skvetta. Ég tek lokið fyrir stóru pönnuna og held því fyrir framan mig með hægri hendinni á meðan ég helli vatninu með vinstri. Um leið og vatnið er komið inn set ég lokið aftur á og læt blönduna setjast niður í eina mínútu. Að öðrum kosti geturðu slökkt á hitanum tímabundið á meðan þú hellir vatni út í.
g) Þegar vatnið er komið í, lækkið hitann í lágan og eldið blönduna án loks þar til allur vökvinn hefur frásogast.
h) Bætið sítrónusafanum út í alveg í lok eldunartímans. Settu lokið aftur á pönnuna, slökktu á hitanum og láttu blönduna standa í 15 mínútur til að draga betur í sig allt bragðið.
i) Berið fram strax með ristað brauði með smjöri, maukuðum banana eða sterkum grænum chile pipar chutney.

8.Chai kryddað heitt súkkulaði

HRÁEFNI:

- 2 bollar mjólk (mjólkur- eða önnur mjólk)
- 2 matskeiðar kakóduft
- 2 matskeiðar sykur (stilla eftir smekk)
- 1 tsk chai te lauf (eða 1 chai tepoki)
- ½ tsk malaður kanill
- ¼ tsk möluð kardimommur
- Klípa af möluðu engifer
- Þeyttur rjómi og stráð af kanil til skrauts

LEIÐBEININGAR:

a) Hitið mjólkina í potti yfir meðalhita þar til hún er heit en ekki sjóðandi.
b) Bætið chai telaufunum (eða tepokanum) út í mjólkina og látið malla í 5 mínútur. Fjarlægðu teblöðin eða tepokann.
c) Hrærið saman kakódufti, sykri, kanil, kardimommum og engifer í lítilli skál.
d) Þeytið kakóblöndunni smám saman út í heitu mjólkina þar til hún hefur blandast vel saman og mjúk.
e) Haltu áfram að hita kryddaða heita súkkulaðið, hrærið af og til, þar til það nær tilætluðum hita.
f) Hellið í krús, toppið með þeyttum rjóma og stráið kanil yfir. Berið fram og njótið!

9.Chai Kurdi

HRÁEFNI:
- 1 matskeið indversk telauf
- 1 kanill; stafur
- vatn, sjóðandi
- Sykurmolar

LEIÐBEININGAR:
a) Setjið te og kanil í tepott og hellið sjóðandi vatninu út í.
b) Látið malla í 5 mínútur.
c) Berið fram heitt með sykurmolum.

10. Suður-indverskar crêpes

HRÁEFNI:
- 1 bolli (190 g) brún basmati hrísgrjón, hreinsuð og þvegin
- ¼ bolli (48 g) heilar svartar linsubaunir með hýði
- 2 matskeiðar skipt gramm (chana dal)
- ½ tsk fenugreek fræ
- 1 tsk gróft sjávarsalt, skipt
- 1½ bollar (356 ml) vatn
- Olía, til að steikja á pönnu, sett til hliðar í lítilli skál
- ½ stór laukur, afhýddur og helmingaður (til að undirbúa pönnuna)

LEIÐBEININGAR:
a) Leggðu hrísgrjónin í bleyti í miklu vatni í stórri skál.
b) Í sérstakri skál, bleyti svörtu linsurnar, klofnar grömm og fenugreek.
c) Bætið ½ teskeið af salti í hverja skál. Setjið hverja skál á heitt svæði (mér finnst gott að hafa þær í ofni sem er slökktur) með lausu loki og látið liggja í bleyti yfir nótt.
d) Á morgnana, tæmdu og geymdu vatnið.
e) Myljið linsubaunir og hrísgrjón saman í öflugum blandara. Bættu við allt að 1½ bolla (356 ml) af vatni á meðan þú ferð. (Þú getur notað frátekið bleytivatn.)
f) Látið deigið standa í 6 til 7 klukkustundir á örlítið heitum stað (aftur, eins og ofn sem hefur verið slökkt) til að gerjast aðeins.
g) Hitið pönnu yfir meðalháum hita. Setjið 1 tsk af olíu á pönnuna og dreifið yfir með pappírsþurrku eða viskustykki.
h) Þegar pannan er orðin heit skaltu stinga gaffli í óskorinn, ávölan hluta lauksins. Haltu í gaffalhandfanginu og nuddaðu afskorna helminginn af lauknum fram og til baka yfir pönnuna þína. Samsetningin af hitanum, lauksafanum og olíunni mun koma í veg fyrir að dosa þín festist. Þetta lærði ég af fjölskylduvini Suður-Indlands, Parvati frænku, og það munar svo sannarlega um allan heiminn. Geymið laukinn með gafflinum sem settur var í hann til að nota aftur á milli skammta.
i) Hafðu pínulitla skál af olíu á hliðinni með skeið, þú munt nota hana síðar.
j) Nú, loksins að eldamennskunni! Hellið um ¼ bolla (59 ml) af deigi í miðja heitu, undirbúna pönnuna. Með bakinu á sleifinni skaltu gera rólegar hreyfingar réttsælis frá miðju að ytri brún pönnunnar þar til deigið verður þunnt og kreppulíkt.
k) Hellið þunnt olíustreymi með lítilli skeið í hring í kringum deigið.
l) Látið dosa elda þar til hún er aðeins brún og dregur sig aðeins frá pönnunni. Snúið við og eldið hina hliðina. Þegar það er brúnað skaltu bera fram strax lagskipt með krydduðum jeera eða sítrónukartöflum, kókoshnetu chutney og hlið af sambhar.

11. Kjúklingabaunamjöl Crêpes

HRÁEFNI:
- 2 bollar (184 g) grömm (kjúklingabaunir) hveiti (besan)
- 1½ bollar (356 g) vatn
- 1 lítill laukur, afhýddur og saxaður (um ½ bolli [75 g])
- 1 stykki engiferrót, afhýdd og rifin eða söxuð
- 1–3 grænir taílenskir, serrano- eða cayenne-chiles, saxaðir
- ¼ bolli (7 g) þurrkuð fenugreek lauf (kasoori methi)
- ½ bolli (8 g) ferskt kóríander, hakkað
- 1 tsk gróft sjávarsalt
- ½ tsk malað kóríander
- ½ tsk túrmerikduft
- 1 tsk rautt chile duft eða cayenne olía, til að steikja á pönnu

LEIÐBEININGAR:
a) Blandið hveiti og vatni í djúpa skál þar til það er slétt. Mér finnst gott að byrja með þeytara og nota síðan aftan á skeið til að brjóta niður litlu hveitiklumpana sem venjulega myndast.
b) Látið blönduna standa í að minnsta kosti 20 mínútur.
c) Bætið hinum hráefnunum út í, nema olíunni, og blandið vel saman.
d) Hitið pönnu yfir meðalháum hita.
e) Bætið ½ teskeið af olíu út í og dreifið henni yfir pönnu með bakinu á skeið eða pappírshandklæði. Þú getur líka notað matreiðsluúða til að húða pönnuna jafnt.
f) Hellið ¼ bolla (59 ml) af deiginu í miðjuna á pönnunni með sleif. Með bakinu á sleifinni skaltu dreifa deiginu í hringlaga, réttsælis hreyfingu frá miðju í átt að utanverðu pönnunni til að búa til þunna, kringlótta pönnuköku um það bil 5 tommu (12,5 cm) í þvermál.
g) Eldið pokann þar til hann er örlítið brúnn á annarri hliðinni, um það bil 2 mínútur, og snúið því svo við til að elda á hinni hliðinni. Þrýstið niður með spaðanum til að tryggja að miðjan sé líka soðin í gegn.
h) Eldið afganginn af deiginu, bætið við olíu eftir þörfum til að koma í veg fyrir að það festist.
i) Berið fram með hlið af Mint eða Peach Chutney.

12. Krem af hveiti crêpes

HRÁEFNI:
- 3 bollar (534 g) rjómi af hveiti (sooji)
- 2 bollar (474 ml) ósykrað venjuleg sojajógúrt
- 3 bollar (711 ml) vatn
- 1 tsk gróft sjávarsalt
- ½ tsk malaður svartur pipar
- ½ tsk rautt chile duft eða cayenne
- ½ gulur eða rauðlaukur, afhýddur og skorinn í sneiðar
- 1–2 grænn tælenskur, serrano eða cayenne chili, saxaður
- Olía, til að steikja á pönnu, sett til hliðar í lítilli skál
- ½ stór laukur, afhýddur og helmingaður (fyrir pönnu)

LEIÐBEININGAR:
a) Í djúpri skál, blandaðu saman hveitikreminu, jógúrt, vatni, salti, svörtum pipar og rauðu chili dufti og settu það til hliðar í 30 mínútur til að gerjast aðeins.
b) Bætið hægelduðum lauknum og chiles út í. Blandið varlega saman.
c) Hitið pönnu yfir meðalháum hita. Setjið 1 teskeið af olíu á pönnuna.
d) Þegar pannan er orðin heit skaltu stinga gaffli í óskorinn, ávölan hluta lauksins. Haltu í gaffalhandfanginu og nuddaðu afskorna helminginn af lauknum fram og til baka yfir pönnuna þína. Samsetningin af hitanum, lauksafanum og olíunni kemur í veg fyrir að dosa þín festist. Geymið laukinn með gafflinum sem settur var í hann til að nota aftur á milli skammta. Þegar það er orðið svart af pönnunni skaltu bara skera af framan þunnt.
e) Haltu örlítilli skál af olíu á hliðinni með skeið - þú munt nota hana síðar.
f) Nú, loksins að eldamennskunni! Helltu aðeins meira en ¼ bolla (59 ml) af deigi í miðja heitu, undirbúnu pönnunni. Með bakinu á sleifinni skaltu gera rólegar hreyfingar réttsælis frá miðju að ytri brún pönnunnar þar til deigið verður þunnt og kreppulíkt. Ef blandan byrjar strax að kúla skaltu bara minnka hitann aðeins.
g) Hellið þunnt olíustreymi með lítilli skeið í hring í kringum deigið.
h) Látið dosa elda þar til það er aðeins brúnt og dregur sig frá pönnunni. Snúið við og eldið hina hliðina.

13. Masala Tofu Scramble

HRÁEFNI:
- 14 únsa pakki sérstaklega stíft lífrænt tófú
- 1 matskeið olía
- 1 tsk kúmenfræ
- ½ lítill hvítur eða rauðlaukur, afhýddur og saxaður
- 1 stykki engiferrót, afhýdd og rifin
- 1–2 grænn tælenskur, serrano eða cayenne chili, saxaður
- ½ tsk túrmerikduft
- ½ tsk rautt chile duft eða cayenne
- ½ tsk gróft sjávarsalt
- ½ tsk svart salt
- ¼ bolli (4 g) ferskt kóríander, hakkað

LEIÐBEININGAR:

a) Myljið tófúið með höndunum og setjið það til hliðar.

b) Hitið olíuna á meðalháum hita á þungri, flatri pönnu.

c) Bætið kúmeninu út í og sjóðið þar til fræin eru síuð, um það bil 30 sekúndur.

d) Bætið lauknum, engiferrótinni, chiles og túrmerik út í. Eldið og brúnið í 1 til 2 mínútur, hrærið til að koma í veg fyrir að festist.

e) Bætið tófúinu út í og blandið vel saman til að tryggja að öll blandan verði gul af túrmerikinu.

f) Bætið við rauða chile duftinu, sjávarsalti, svörtu salti (kala namak) og kóríander. Blandið vel saman.

g) Berið fram með ristuðu brauði eða velt í heitum roti eða paratha umbúðum.

14. Sætar pönnukökur

HRÁEFNI:
- 1 bolli (201 g) 100% heilhveiti chapati hveiti
- ½ bolli (100 g) jaggery
- ½ tsk fennel fræ
- 1 bolli (237 ml) vatn

LEIÐBEININGAR:

a) Blandið öllum hráefnunum saman í djúpri skál og látið deigið standa í að minnsta kosti 15 mínútur.

b) Hitið létt smurða pönnu eða pönnu við meðalháan hita. Hellið eða ausið deiginu á pönnu með því að nota um það bil ¼ bolla (59 ml) fyrir hverja fátæka. Trikkið er að dreifa deiginu aðeins út með bakinu á sleifinni frá miðju réttsælis án þess að þynna það of mikið.

c) Brúnið á báðum hliðum og berið fram heitt.

15. Chai Latte hafragrautur

Hráefni:
- 180ml undanrennu
- 1 matskeið ljós mjúkur púðursykur
- 4 kardimommubælgar, opnar
- 1 stjörnu anís
- ½ tsk malað engifer
- ½ tsk malaður múskat
- ½ tsk malaður kanill
- 1 hafrapoki

LEIÐBEININGAR:
a) Setjið mjólk, sykur, kardimommur, stjörnuanís og ¼ teskeið af hverri engifer, múskat og kanil á litla pönnu og látið sjóða, hrærið öðru hverju, þar til sykurinn hefur leyst upp.
b) Sigtið í könnu, fleygið öllu kryddinu, setjið svo aftur á pönnuna og notið mjólkina með innrennsli til að elda hafrana samkvæmt pakkningaleiðbeiningum. Skeið í skál.
c) Blandið ¼ teskeiðinni sem eftir er af hverjum engifer, múskati og kanil saman þar til það er jafnt blandað og notaðu síðan til að dusta toppinn af grautnum með því að nota latte sniðmát til að búa til einstakt mynstur, ef þú vilt.

LÍTIRL PLATUR

16.Kryddað helluborðspopp

HRÁEFNI:

- 1 matskeið olía
- ½ bolli (100 g) ósoðnir poppkornskjarna
- 1 tsk gróft sjávarsalt
- 1 tsk garam masala, Chaat Masala eða Sambhar Masala

LEIÐBEININGAR:

a) Hitið olíuna á meðalháum hita á djúpri, þungri pönnu.
b) Bætið poppkornskjörnum út í.
c) Lokið pönnunni og stillið hitann í miðlungs lágan.
d) Eldið þar til hvellhljóðið hægir á, 6 til 8 mínútur.
e) Slökktu á hitanum og láttu poppið sitja með loki á í 3 mínútur í viðbót.
f) Stráið salti og masala yfir. Berið fram strax.
g) Taktu einn papad í einu með töng og hitaðu hann yfir helluborðinu. Ef þú ert með gaseldavél, eldaðu hana rétt yfir loganum og gætið þess að blása út bitana sem kvikna í. Snúðu þeim stöðugt fram og til baka þar til allir hlutar eru soðnir og stökkir. Ef þú notar rafmagnseldavél skaltu hita þá á vírgrind sem sett er yfir brennarann og snúa stöðugt þar til þau eru stökk. Verið varkár - þeir brenna auðveldlega.
h) Staflaðu papadunum og berið strax fram sem snarl eða með kvöldmatnum.

17. Masala Papad

HRÁEFNI:

- 1 (6–10 telja) pakki keyptur papad (úr linsubaunir)
- 2 matskeiðar olía
- 1 meðalstór rauðlaukur, afhýddur og saxaður
- 2 meðalstórir tómatar, skornir í bita
- 1–2 grænir taílenskir, serrano- eða cayenne-chili, stilkar fjarlægðir, fínt skornir
- 1 tsk Chaat Masala
- Rautt chile duft eða cayenne, eftir smekk

LEIÐBEININGAR:

a) Taktu einn papad í einu með töng og hitaðu hann yfir helluborðinu. Ef þú ert með gaseldavél, eldaðu hana rétt yfir loganum og gætið þess að blása út smábita sem kvikna í. Besta leiðin til að elda þetta er að snúa þeim stöðugt þar til allir hlutar eru soðnir og stökkir. Ef þú notar rafmagnseldavél skaltu hita þá á vírgrind sem sett er yfir brennarann og snúa stöðugt þar til þau eru stökk. Verið varkár - þeir brenna auðveldlega.
b) Leggið papadurnar út á stóran bakka.
c) Penslið hvern papad létt með olíu með sætabrauðspensli.
d) Blandið saman lauknum, tómötunum og chiles í lítilli skál.
e) Setjið 2 matskeiðar af laukblöndunni yfir hvern papad.
f) Toppaðu hvern papad með stráðu af Chaat Masala og rauðu chili dufti. Berið fram strax.

18.Poha (flötuð hrísgrjón) með baunum

HRÁEFNI:

- 1 bolli poha (flötuð hrísgrjón)
- 1/2 tsk sinnepsfræ
- 1/2 tsk kúmenfræ
- 1/4 tsk túrmerikduft
- 1/2 bolli grænar baunir
- Karrí lauf
- 2 matskeiðar jarðhnetur
- 1/2 bolli saxaður laukur
- 1-2 grænt chili, saxað
- Sítrónusafi eftir smekk
- Hakkað kóríanderlauf til skrauts

LEIÐBEININGAR:

a) Skolaðu poha og settu til hliðar.
b) Hitið olíu á pönnu og bætið sinnepsfræjum, kúmenfræjum, karrýlaufum og hnetum saman við.
c) Bætið við söxuðum lauk, grænum chili og steikið þar til laukurinn er gullinbrúnn.
d) Bætið við túrmerikdufti, grænum ertum og skoluðum poha. Blandið vel saman.
e) Eldið þar til poha er hituð í gegn. Bætið sítrónusafa út í og skreytið með söxuðum kóríanderlaufum áður en borið er fram.

19. Ristar Masala hnetur

HRÁEFNI:

- 2 bollar (276 g) hráar kasjúhnetur
- 2 bollar (286 g) hráar möndlur
- 1 matskeið garam masala, Chaat Masala eða Sambhar Masala
- 1 tsk gróft sjávarsalt
- 1 matskeið olía
- ¼ bolli (41 g) gullnar rúsínur

LEIÐBEININGAR:

a) Settu ofngrind í hæstu stöðu og forhitaðu ofninn í 425°F (220°C). Klæðið bökunarplötu með álpappír til að auðvelda hreinsun.

b) Í djúpri skál, blandið öllum hráefnunum saman nema rúsínunum þar til hneturnar eru jafnhúðaðar.

c) Raðið hnetublöndunni í eitt lag á tilbúnu bökunarplötunni.

d) Bakið í 10 mínútur og blandið varlega í hálfa eldunartímann til að tryggja að hneturnar eldist jafnt.

e) Takið pönnuna úr ofninum. Bætið rúsínunum út í og látið blönduna kólna í að minnsta kosti 20 mínútur. Þetta skref er mikilvægt. Soðnar hnetur verða seigar en þær fá stökkið aftur þegar þær hafa kólnað. Berið fram strax eða geymið í loftþéttum umbúðum í allt að mánuð.

20. Chai-kryddaðar ristaðar möndlur og kasjúhnetur

HRÁEFNI:

- 2 bollar (276 g) hráar kasjúhnetur
- 2 bollar (286 g) hráar möndlur
- 1 matskeið Chai Masala
- 1 matskeið jaggery (gur) eða púðursykur
- ½ tsk gróft sjávarsalt
- 1 matskeið olía

LEIÐBEININGAR:

a) Settu ofngrind í hæstu stöðu og forhitaðu ofninn í 425°F (220°C). Klæðið bökunarplötu með álpappír til að auðvelda hreinsun.
b) Blandið öllum hráefnunum saman í djúpa skál og blandið vel saman þar til hneturnar eru jafnhúðaðar.
c) Raðið hnetublöndunni í eitt lag á tilbúnu bökunarplötunni.
d) Bakið í 10 mínútur, blandið í hálfa eldunartímann til að tryggja að blandan eldist jafnt.
e) Takið bökunarplötuna úr ofninum og látið blönduna kólna í um 20 mínútur. Þetta skref er mikilvægt. Soðnar hnetur verða seigar en þær fá stökkið aftur þegar þær hafa kólnað.
f) Berið fram strax eða geymið í loftþéttum umbúðum í allt að mánuð.

21. Bakaðir grænmetisferningar

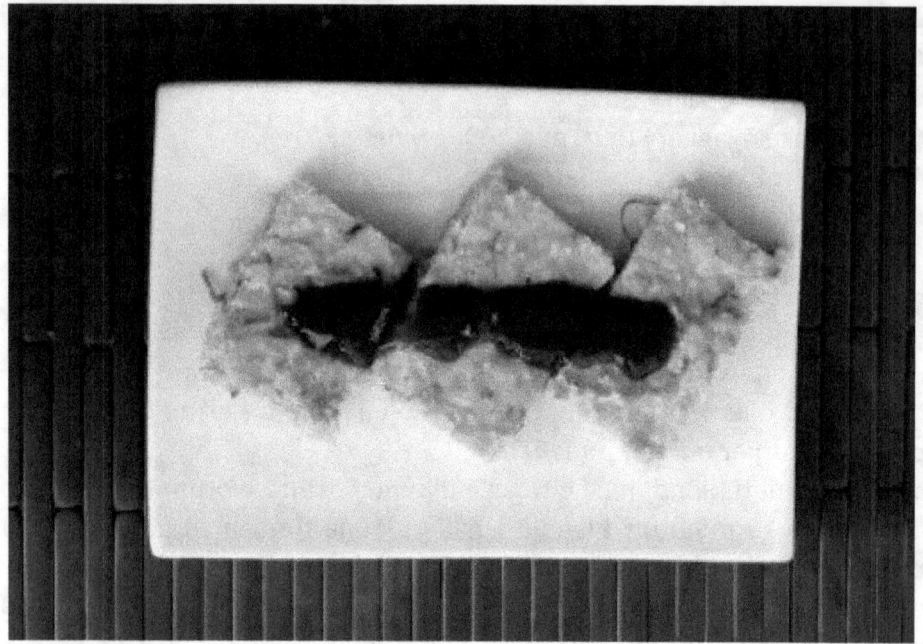

HRÁEFNI:

- 2 bollar (140 g) rifið hvítkál (½ lítið höfuð)
- 1 bolli (100 g) rifið blómkál (¼ meðalhöfuð)
- 1 bolli (124 g) rifinn kúrbít
- ½ kartöflu, afhýdd og rifin
- ½ meðalgulur eða rauðlaukur, afhýddur og skorinn í teninga
- 1 stykki engiferrót, afhýdd og rifin eða söxuð
- 3–4 grænir taílenskir, serrano- eða cayenne-chiles, saxaðir
- ¼ bolli (4 g) hakkað ferskt kóríander
- 3 bollar (276 g) grömm (kjúklingabaunir) hveiti (besan)
- ½ 12 aura pakki silkitófú
- 1 msk gróft sjávarsalt
- 1 tsk túrmerikduft
- 1 tsk rautt chile duft eða cayenne
- ¼ tsk lyftiduft
- ¼ bolli (59 ml) olíu

LEIÐBEININGAR:

a) Setjið ofngrind í miðstöðu og hitið ofninn í 180°C (350°F). Smyrjið 10 tommu (25 cm) ferningaform. Notaðu stærri bökunarpönnu ef þú vilt þynnri, stökkari pakora.

b) Í djúpri skál skaltu sameina hvítkál, blómkál, kúrbít, kartöflu, lauk, engiferrót, chiles og kóríander.

c) Bætið hveitinu út í og blandið rólega saman þar til það hefur blandast vel saman. Það hjálpar að nota hendurnar til að blanda öllu saman.

d) Í matvinnsluvél, blandara eða öflugri blandara, blandaðu tófúinu þar til það er slétt.

e) Bætið blönduðu tofu, salti, túrmerik, rauðu chile dufti, lyftidufti og olíu við grænmetisblönduna. Blandið saman.

f) Hellið blöndunni í undirbúið bökunarform.

g) Bakið í 45 til 50 mínútur, eftir því hversu heitur ofninn þinn verður. Rétturinn er búinn þegar tannstöngull sem stungið er í miðjuna kemur hreinn út.

h) Kælið í 10 mínútur og skerið í ferninga. Berið fram með uppáhalds chutneyinu þínu.

22.Chai kryddaðar ristaðar hnetur

Hráefni:
- 4 bollar af ósaltuðum blönduðum hnetum
- ¼ bolli af hlynsírópi
- 3 matskeiðar af bræddri kókosolíu
- 2 matskeiðar af kókossykri
- 3 teskeiðar af möluðu engifer
- 2 teskeiðar af möluðum kanil
- 2 teskeiðar af möluðum kardimommum
- 1 tsk af möluðu pipar
- 1 tsk af hreinu vanilludufti
- ½ teskeið af salti
- ¼ teskeið af svörtum pipar

LEIÐBEININGAR:
a) Forhitaðu ofninn þinn í 325°F (163°C). Klæddu bökunarplötu með bökunarpappír og settu til hliðar.
b) Blandið öllum hráefnunum nema hnetunum saman í stóra blöndunarskál. Hrærið vel til að búa til bragðmikla blöndu.
c) Bætið blönduðu hnetunum í skálina og blandið þeim þar til þær eru jafnhúðaðar með kryddblöndunni.
d) Dreifið húðuðu hnetunum á tilbúna bökunarplötuna í jöfnu lagi.
e) Ristið hneturnar í forhituðum ofni í um það bil 20 mínútur. Mundu að snúa pönnunni og hræra í hnetunum hálfa steikingartímann til að tryggja jafna eldun.
f) Þegar það er tilbúið skaltu fjarlægja ristuðu hneturnar úr ofninum og leyfa þeim að kólna alveg.
g) Geymið chai-kryddduðu ristuðu hneturnar þínar í loftþéttu íláti við stofuhita fyrir dýrindis snakk.

23. Kjúklingapoppar

HRÁEFNI:

- 4 bollar soðnar kjúklingabaunir eða 2 12 aura dósir kjúklingabaunir
- 1 matskeið garam masala, Chaat Masala eða Sambhar Masala
- 2 tsk gróft sjávarsalt 2 msk olía
- 1 tsk rautt chile duft, cayenne pipar eða paprika, auk meira til að stökkva á

LEIÐBEININGAR:

a) Settu ofngrind í hæstu stöðu og forhitaðu ofninn í 425°F (220°C). Klæðið bökunarplötu með álpappír til að auðvelda hreinsun.
b) Tæmið kjúklingabaunirnar í stóru sigti í um það bil 15 mínútur til að losna við sem mestan raka. Ef þú notar niðursoðinn skaltu skola fyrst.
c) Blandið öllum hráefnunum varlega saman í stórri skál.
d) Raðið krydduðu kjúklingabaununum í einu lagi á bökunarplötuna.
e) Eldið í 15 mínútur. Takið bakkann varlega úr ofninum, blandið varlega saman þannig að kjúklingabaunirnar eldist jafnt og eldið í 10 mínútur í viðbót.
f) Látið kólna í 15 mínútur. Stráið rauða chili duftinu, cayenne pipar eða papriku yfir.

24. Ristað eggaldin ídýfa

HRÁEFNI:

- 3 meðalstór eggaldin með hýði (stór, kringlótt, fjólublá afbrigði)
- 2 matskeiðar olía
- 1 hrúga teskeið kúmenfræ
- 1 tsk malað kóríander
- 1 tsk túrmerikduft
- 1 stór gulur eða rauðlaukur, afhýddur og skorinn í teninga
- 1 (2 tommu [5-cm]) stykki engiferrót, afhýdd og rifin eða söxuð
- 8 hvítlauksrif, afhýdd og rifin eða söxuð
- 2 meðalstórir tómatar, skrældir (ef hægt er) og skornir í teninga
- 1–4 grænt tælenskt, serrano eða cayenne chiles, saxað
- 1 tsk rautt chile duft eða cayenne
- 1 msk gróft sjávarsalt

LEIÐBEININGAR:

a) Settu ofngrind í næsthæstu stöðu. Forhitið grillið í 500°F (260°C). Klæðið bökunarplötu með álpappír til að koma í veg fyrir óreiðu síðar.

b) Stingdu göt á eggaldinið með gaffli (til að losa um gufu) og settu þau á bökunarplötuna. Steikið í 30 mínútur, snúið einu sinni. Húðin verður kulnuð og brennd á sumum svæðum þegar þau eru búin. Takið bökunarplötuna úr ofninum og látið eggaldinið kólna í að minnsta kosti 15 mínútur. Með beittum hníf, skera sundur langsum frá einum enda hvers eggaldin til annars, og draga það aðeins opið. Skerið ristuðu kjötinu að innan, passið að forðast gufuna og bjarga eins miklum safa og hægt er. Settu ristað eggaldin holdið í skál - þú munt hafa um það bil 4 bolla (948 ml).

c) Hitið olíuna á meðalháum hita á djúpri, þungri pönnu.

d) Bætið kúmeninu út í og látið malla þar til það sýður, um það bil 30 sekúndur.

e) Bætið kóríander og túrmerik út í. Blandið saman og eldið í 30 sekúndur.

f) Bætið lauknum út í og brúnið í 2 mínútur.

g) Bætið engiferrótinni og hvítlauknum út í og eldið í 2 mínútur í viðbót.

h) Bætið tómötunum og chiles út í. Eldið í 3 mínútur þar til blandan mýkist.

i) Bætið kjötinu af ristuðu eggaldinunum út í og eldið í 5 mínútur í viðbót, blandið öðru hverju til að forðast að festast.

j) Bætið rauða chili duftinu og salti út í. Á þessum tímapunkti ættir þú einnig að fjarlægja og farga villandi bitum af kulnuðu eggaldinshýði.
k) Blandið þessari blöndu með því að nota blöndunartæki eða í sérstökum blöndunartæki. Ekki ofleika það - það ætti samt að vera einhver áferð. Berið fram með ristuðum naan sneiðum, kex eða tortilla flögum. Þú getur líka borið það fram á hefðbundinn hátt með indverskri máltíð af roti, linsubaunir og raita.

25.Kryddaðar sætar kartöflur

HRÁEFNI:
- 1 stór sæt kartöflu (eða hvít kartöflu), afhýdd og skorin í
- ½ tommu (13 mm) teningar (um 4 bollar [600 g])
- 3 matskeiðar (45 ml) olía, skipt
- 1 tsk kúmenfræ
- ½ meðalgulur eða rauðlaukur, afhýddur og skorinn í sneiðar
- 1 (1 tommu [2,5-g]) stykki engiferrót, afhýdd og rifin eða söxuð
- 1 tsk túrmerikduft
- 1 tsk malað kóríander
- 1 tsk garam masala
- 1 tsk rautt chile duft eða cayenne
- 1 bolli (145 g) baunir, ferskar eða frosnar (þiðið fyrst)
- 1–2 grænn tælenskur, serrano eða cayenne chili, saxaður
- 1 tsk gróft sjávarsalt
- ½ bolli (46 g) grömm (kjúklingabaunir) hveiti (besan)
- 1 matskeið sítrónusafi
- Hakkað fersk steinselja eða kóríander, til skrauts

LEIÐBEININGAR:
a) Gufðu kartöfluna þar til þær eru mjúkar, um 7 mínútur. Látið kólna. Notaðu hendurnar eða kartöflustöppu til að brjóta hana varlega niður. Þú munt hafa um það bil 3 bolla (630 g) kartöflumús á þessum tímapunkti.
b) Hitið 2 matskeiðar af olíunni á miðlungsháum hita á grunnri pönnu.
c) Bætið kúmeninu út í og sjóðið þar til það síast og er aðeins brúnt, um það bil 30 sekúndur.
d) Bætið lauknum, engiferrótinni, túrmerikinu, kóríander, garam masala og rauðu chile duftinu út í. Eldið þar til það er mjúkt, aðrar 2 til 3 mínútur. Látið blönduna kólna.
e) Þegar það hefur kólnað skaltu bæta blöndunni við kartöflurnar, fylgt eftir með ertum, grænum chiles, salti, gramm hveiti og sítrónusafa.
f) Blandið vel saman með höndum eða stórri skeið.
g) Mótið blönduna í litla bita og setjið til hliðar á bakka.
h) Hitið 1 matskeið af olíu sem eftir er á stórri, þungri pönnu yfir miðlungs háan hita. Eldið kökurnar í lotum af 2 til 4, eftir stærð pönnunnar, í um það bil 2 til 3 mínútur á hverri hlið, þar til þær eru brúnar.
i) Berið fram heitt, skreytt með saxaðri ferskri steinselju eða kóríander. Hægt er að borða þetta sem samloku, á salatbeði eða sem skemmtilega hlið á forréttinum. Blandan geymist í um það bil 3 til 4 daga í kæli. Til að gera hefðbundnari patty, notaðu venjulegar kartöflur í stað sætu kartöflunnar.

26. Sharon's grænmetissalatsamlokur

HRÁEFNI:

- 1 stór tómatur, skorinn í þykkar sneiðar
- 1 stór paprika, þunnt skorin í hringa
- 1 stór rauðlaukur, afhýddur og þunnt skorinn í hringa
- Safi úr 1 sítrónu
- ½ tsk gróft sjávarsalt
- ½ tsk svart salt (kala namak)

LEIÐBEININGAR:

a) Raðið grænmetinu á disk með tómötum fyrst, síðan papriku og laukhringjum lagðar ofan á.

b) Stráið grænmetinu með sítrónusafa, sjávarsalti og svörtu salti.

c) Berið fram strax. Að sitja á grasflötinni að framan og búa til samlokur er valfrjálst.

27.Sojajógúrt Raita

HRÁEFNI:
- 1 bolli (237 ml) venjuleg, ósykrað sojajógúrt
- 1 agúrka, afhýdd, rifin og kreist til að fjarlægja umfram vatn
- ½ tsk ristað malað kúmen
- ½ tsk gróft sjávarsalt
- ½ tsk svart salt (kala namak)
- ½ tsk rautt chili duft
- Safi úr ½ sítrónu eða lime

LEIÐBEININGAR:
a) Blandið öllum hráefnunum saman í skál. Berið fram strax.

28. Norður-indverskur hummus

HRÁEFNI:

- 2 bollar (396 g) soðnar heilar baunir eða linsubaunir
- Safi úr 1 meðalstórri sítrónu
- 1 hvítlauksgeiri, afhýddur, snyrtur og saxaður gróft
- 1 tsk gróft sjávarsalt
- 1 tsk malaður svartur pipar
- ½ tsk ristað malað kúmen
- ½ tsk malað kóríander
- ¼ bolli (4 g) hakkað ferskt kóríander
- ⅓ bolli (79 ml) auk 1 matskeið af ólífuolíu
- 1–4 matskeiðar (15–60 ml) vatn
- ½ tsk paprika, til skrauts

LEIÐBEININGAR:

a) Í matvinnsluvél skaltu sameina baunirnar eða linsubaunir, sítrónusafa, hvítlauk, salt, svartan pipar, kúmen, kóríander og kóríander. Vinnið þar til vel blandað.

b) Þegar vélin er enn í gangi skaltu bæta olíunni við. Haltu áfram að vinna þar til blandan er rjómalöguð og slétt, bætið vatni út í eftir þörfum, 1 matskeið í einu.

29.Chai kryddað popp

Hráefni:
- 3 matskeiðar af kókosolíu
- ½ bolli af poppkornskjörnum
- 1 teskeið af kosher salti
- ½ tsk af möluðu pipar
- ½ teskeið af möluðum kanil
- ½ teskeið af möluðum negul
- 1 matskeið af ólífuolíu

LEIÐBEININGAR:
a) Setjið kókosolíuna og poppkornskjarnana í stóran pott með þéttu loki. Hitið við meðalháan hita á meðan potturinn er stöðugt færður fram og til baka yfir loganum.
b) Haltu áfram að hrista pottinn þar til það fer að hægja á hvellinum. Takið það af hitanum og setjið kornið yfir í skál. Stráið salti yfir eftir smekk.
c) Í sérstakri lítilli skál, blandið saman kryddjurtum, kanil og negul.
d) Kastaðu nýpoppuðu poppinu með kryddblöndunni og ólífuolíu fyrir yndislega chai-kryddaða skemmtun.

KÆKJABUNUR, BAUNUR OG LINSUBAUNUR

30.Brenndar Masala baunir eða linsubaunir

HRÁEFNI:
- 4 bollar soðnar heilar baunir eða linsubaunir
- 1 matskeið garam masala, Chaat Masala eða Sambhar Masala
- 2 tsk gróft sjávarsalt
- 2 matskeiðar olía
- 1 tsk rautt chili duft, cayenne eða paprika

LEIÐBEININGAR:

a) Forhitið ofninn í 425°F (220°C). Klæðið bökunarplötu með álpappír til að auðvelda hreinsun.

b) Blandið baununum eða linsubaununum, masala, salti og olíu varlega saman í stórri skál.

c) Raðið krydduðu baununum eða linsunum í eitt lag á tilbúnu bökunarplötunni.

d) Bakið í 25 mínútur.

e) Stráið rauðu chili, cayenne eða papriku yfir.

31.Quickie Masala baunir eða linsubaunir

HRÁEFNI:

- 1 bolli (237 ml) Gila Masala
- 1 bolli (150 g) niðurskorið grænmeti
- 1–3 taílenskt, serrano eða cayenne chiles, saxað
- 1 tsk garam masala
- 1 tsk malað kóríander
- 1 tsk ristað malað kúmen
- ½ tsk rautt chile duft eða cayenne
- 1½ tsk gróft sjávarsalt
- 2 bollar (474 ml) vatn
- 2 bollar (396 g) soðnar heilar baunir eða linsubaunir
- 1 matskeið saxað ferskt kóríander, til skrauts

LEIÐBEININGAR:

a) Í djúpum, þungum potti, hitið Gila Masala við meðalháan hita þar til það byrjar að kúla.

b) Bætið við grænmetinu, chiles, garam masala, kóríander, kúmeni, rauðu chile dufti, salti og vatni. Eldið þar til grænmetið mýkist, 15 til 20 mínútur.

c) Bætið baununum eða linsunum út í. Eldið þar til það er heitt í gegn.

d) Skreytið með kóríander og berið fram strax með brúnum eða hvítum basmati hrísgrjónum, roti eða naan.

32. Norður-indverskar karríbaunir eða linsubaunir

HRÁEFNI:
- 2 matskeiðar olía
- ½ tsk asafetida (hing)
- 2 tsk kúmenfræ
- ½ tsk túrmerikduft
- 1 kanilstöng
- 1 kassia lauf (eða lárviðarlauf)
- ½ meðalgulur eða rauðlaukur, afhýddur og saxaður
- 1 stykki engiferrót, afhýdd og rifin eða söxuð
- 4 hvítlauksrif, afhýdd og rifin eða söxuð
- 2 stórir tómatar, skrældir og skornir í teninga
- 2–4 grænir taílenskir, serrano- eða cayenne-chiles, saxaðir
- 4 bollar soðnar heilar baunir eða linsubaunir
- 4 bollar vatn
- 1½ tsk gróft sjávarsalt
- 1 tsk rautt chile duft eða cayenne
- 2 matskeiðar saxað ferskt kóríander, til skrauts

LEIÐBEININGAR:
a) Hitið olíuna í þungum potti yfir meðalháan hita.
b) Bætið asafetida, kúmeni, túrmerik, kanil og kassia laufinu út í og eldið þar til fræin eru síuð, um það bil 30 sekúndur.
c) Bætið lauknum út í og eldið þar til hann er aðeins brúnaður, um það bil 3 mínútur. Hrærið oft svo laukurinn festist ekki við pönnuna.
d) Bætið engiferrótinni og hvítlauknum út í. Eldið 2 mínútur í viðbót.
e) Bætið tómötunum og grænum chiles út í.
f) Lækkið hitann í miðlungs lágt og eldið í 3 til 5 mínútur, þar til tómatarnir byrja að brotna niður.
g) Bætið baununum eða linsunum út í og eldið í 2 mínútur í viðbót.
h) Bætið við vatni, salti og rauðu chili dufti. Látið suðuna koma upp.
i) Þegar blandan hefur sjóðað, lækkið hitann og látið malla í 10 til 15 mínútur.
j) Skreytið með kóríander og berið fram með brúnum eða hvítum basmati hrísgrjónum, roti eða naan.

33. Suður-indverskar baunir með karrýlaufum

HRÁEFNI:
- 2 matskeiðar kókosolía
- ½ tsk asafetida duft (hing)
- ½ tsk túrmerikduft
- 1 tsk kúmenfræ
- 1 tsk svört sinnepsfræ
- 15–20 fersk karrýblöð, grófsöxuð
- 6 heilar þurrkaðar rauðar chile paprikur, gróft saxaðar
- ½ meðalgulur eða rauðlaukur, afhýddur og skorinn í teninga
- 1 (14 oz. [420-ml]) getur kókosmjólk, ljós eða full fitu
- 1 bolli (237 ml) vatn
- 1 tsk Rasam duft eða Sambhar Masala
- 1½ tsk gróft sjávarsalt
- 1 tsk rautt chile duft eða cayenne
- 3 bollar (576 g) soðnar heilar baunir eða linsubaunir
- 1 matskeið saxað ferskt kóríander, til skrauts

LEIÐBEININGAR:
a) Hitið olíuna í djúpum, þungum potti yfir meðalháan hita.

b) Bætið asafetida, túrmerik, kúmeni, sinnepi, karrýlaufum og rauðri chile papriku út í. Eldið þar til fræin síast, um 30 sekúndur. Sinnepsfræ geta sprungið, svo hafðu lokið við höndina.

c) Bætið lauknum út í. Eldið þar til það er brúnt, um það bil 2 mínútur, hrærið oft til að koma í veg fyrir að það festist.

d) Bætið við kókosmjólkinni, vatni, Rasam duftinu eða Sambhar Masala, salti og rauðu chili dufti. Látið suðuna koma upp og lækkið síðan hitann og látið malla í 1 til 2 mínútur þar til bragðið kemur í veg fyrir mjólkina.

e) Bætið baununum eða linsunum út í. Hitið í gegn og látið malla í 2 til 4 mínútur, þar til belgjurtirnar eru fylltar með bragði. Bætið við öðrum bolla af vatni ef þið viljið súpumeira samkvæmni. Berið fram strax, skreytt með kóríander, í djúpum skálum með brúnum eða hvítum basmati hrísgrjónum.

34.Goan-innblásið karrí með kókosmjólk

HRÁEFNI:
- 1 matskeið olía
- ½ stór laukur, afhýddur og skorinn í teninga
- 1 stykki engiferrót, afhýdd og rifin eða söxuð
- 4 hvítlauksrif, afhýdd og rifin eða söxuð
- 1 stór tómatur, skorinn í teninga (2 bollar)
- 1–3 grænir taílenskir, serrano- eða cayenne-chiles, saxaðir
- 1 matskeið malað kóríander
- 1 matskeið malað kúmen
- 1 tsk túrmerikduft
- 1 tsk tamarindmauk
- 1 hrúga teskeið jaggery (gur) eða púðursykur
- 1½ tsk gróft sjávarsalt
- 3 bollar (711 ml) vatn
- 4 bollar soðnar heilar linsubaunir eða baunir (svartar augu eru hefðbundnar)
- 1 bolli (237 ml) kókosmjólk, venjuleg eða létt
- Safi úr ½ miðlungs sítrónu
- 1 matskeið saxað ferskt kóríander, til skrauts

LEIÐBEININGAR:
a) Hitið olíuna í djúpum, þungum potti yfir meðalháan hita.
b) Bætið lauknum út í og eldið í 2 mínútur, þar til hann er aðeins brúnaður.
c) Bætið engiferrótinni og hvítlauknum út í. Eldið eina mínútu í viðbót.
d) Bætið tómötum, chiles, kóríander, kúmeni, túrmerik, tamarind, jaggery, salti og vatni út í.
e) Látið suðuna koma upp, lækkið hitann og látið malla án loksins í 15 mínútur.
f) Bætið linsunum eða baununum og kókosmjólkinni út í og hitið í gegn.
g) Bætið sítrónusafanum út í og skreytið með kóríander. Berið fram með brúnum eða hvítum basmati hrísgrjónum, roti eða naan.

35.Chana Masala belgjurtir

HRÁEFNI:

- 2 matskeiðar olía
- 1 hrúga teskeið kúmenfræ
- ½ tsk túrmerikduft
- 2 matskeiðar Chana Masala
- 1 stór gulur eða rauðlaukur, afhýddur og skorinn í teninga
- 1 (2 tommu [5-cm]) stykki engiferrót, afhýdd og rifin eða söxuð
- 4 hvítlauksrif, afhýdd og rifin eða söxuð
- 2 meðalstórir tómatar, skornir í teninga
- 1–3 grænir taílenskir, serrano- eða cayenne-chiles, saxaðir
- 1 tsk rautt chile duft eða cayenne
- 1 msk gróft sjávarsalt
- 1 bolli (237 ml) vatn
- 4 bollar soðnar heilar baunir eða linsubaunir (hvítar kjúklingabaunir eru hefðbundnar)

LEIÐBEININGAR:

a) Hitið olíuna á meðalháum hita á djúpri, þungri pönnu.

b) Bætið kúmeninu, túrmerikinu og Chana Masala út í og eldið þar til fræin síast, um það bil 30 sekúndur.

c) Bætið lauknum út í og eldið þar til hann er mjúkur, um það bil eina mínútu.

d) Bætið engiferrótinni og hvítlauknum út í. Eldið eina mínútu í viðbót.

e) Bætið tómötunum, grænum chiles, rauðu chile duftinu, salti og vatni út í.

f) Látið suðuna koma upp, lækkið hitann og látið malla í 10 mínútur þar til öll hráefnin blandast saman.

g) Bætið baununum eða linsunum út í og eldið í gegn. Berið fram með brúnum eða hvítum basmati hrísgrjónum eða með roti eða naan.

36. Punjabi karríbaunir

HRÁEFNI:
- 1 meðalgulur eða rauðlaukur, afhýddur og saxaður gróft
- 1 stykki engiferrót, afhýdd og saxuð gróft
- 4 hvítlauksrif, afhýdd og skorin
- 2–4 grænir taílenskir, serrano- eða cayenne-chili
- 2 matskeiðar olía
- ½ tsk asafetida (hing)
- 2 tsk kúmenfræ
- 1 tsk túrmerikduft
- 1 kanilstöng
- 2 heil negul
- 1 svartur kardimommubelgur
- 2 meðalstórir tómatar, skrældir og sneiddir (1 bolli)
- 2 matskeiðar tómatmauk
- 4 bollar soðnar heilar baunir eða linsubaunir
- 2 bollar (474 ml) vatn
- 2 tsk gróft sjávarsalt
- 2 tsk garam masala
- 1 tsk rautt chile duft eða cayenne
- 2 hrúgafullar matskeiðar hakkað ferskt kóríander

LEIÐBEININGAR:
a) Í matvinnsluvél skaltu vinna laukinn, engiferrótina, hvítlaukinn og chiles í vatnsmikið deig.
b) Hitið olíuna á meðalháum hita á djúpri, þungri pönnu.
c) Bætið við asafetida, kúmeni, túrmerik, kanil, negul og kardimommum. Eldið þar til blandan síast, um 30 sekúndur.
d) Bætið laukmaukinu hægt út í. Vertu varkár - þetta getur skvettist þegar það lendir í heitu olíunni. Eldið þar til það er brúnt, hrærið af og til, um 2 mínútur.
e) Bætið tómötunum, tómatmaukinu, linsubaununum eða baunum, vatni, salti, garam masala og rauðu chili dufti út í.
f) Látið suðuna koma upp, lækkið síðan hitann og látið malla í 10 mínútur.
g) Fjarlægðu heilu kryddin. Bætið kóríander út í og berið fram yfir beði af brúnum eða hvítum basmati hrísgrjónum.

37.Karrí innblásið af Sambhar-helluborði

HRÁEFNI:

- 2 bollar (396 g) soðnar heilar baunir eða linsubaunir
- 9 bollar (2,13 L) vatn
- 1 meðalstór kartöflu, afhýdd og skorin í teninga
- 1 tsk tamarindmauk
- 5 bollar (750 g) grænmeti (notaðu afbrigði), skorið í teninga og niðurskorið
- 2 hrúgafullar matskeiðar Sambhar Masala
- 1 matskeið olía
- 1 tsk asafetida duft (hing) (valfrjálst)
- 1 matskeið svört sinnepsfræ
- 5–8 heilir þurrkaðir rauðir chili, grófsaxaðir
- 8–10 fersk karrýblöð, grófsöxuð
- 1 tsk rautt chile duft eða cayenne
- 1 msk gróft sjávarsalt

LEIÐBEININGAR:

a) Í djúpum súpupotti yfir miðlungs-háum hita skaltu sameina baunirnar eða linsubaunir, vatn, kartöflur, tamarind, grænmeti og Sambhar Masala. Látið suðuna koma upp.

b) Lækkið hitann og látið malla í 15 mínútur þar til grænmetið visnar og mýkist.

c) Undirbúðu temprun (tarka). Hitið olíuna á lítilli pönnu yfir meðalháum hita. Bætið asafetida (ef það er notað) og sinnepsfræjum út í. Sinnep hefur tilhneigingu til að poppa, svo hafðu lokið við höndina.

d) Þegar fræin byrja að poppa skaltu fljótt bæta rauða chili og karrýlaufinu út í. Eldið í 2 mínútur í viðbót, hrærið oft.

e) Þegar karrýblöðin eru farin að brúnast og krullast saman skaltu bæta þessari blöndu við linsurnar. Eldið í 5 mínútur í viðbót.

f) Bætið rauða chili duftinu og salti út í. Berið fram sem staðgóða súpu, sem hefðbundið hlið á dosa, eða með brúnum eða hvítum basmati hrísgrjónum.

38. Hægt eldaðar baunir og linsubaunir

HRÁEFNI:

- 2 bollar (454 g) þurrkaðar lima baunir, teknar yfir og þvegnar
- ½ meðalgulur eða rauðlaukur, afhýddur og saxaður gróft
- 1 meðalstór tómatur, skorinn í teninga
- 1 stykki af engiferrót, afhýdd og rifin eða söxuð
- 2 hvítlauksrif, afhýdd og rifin eða söxuð
- 1–3 grænir taílenskir, serrano- eða cayenne-chiles, saxaðir
- 3 heilir negull
- 1 hrúga teskeið kúmenfræ
- 1 tsk rautt chile duft eða cayenne
- hrúga teskeið gróft sjávarsalt
- ½ tsk túrmerikduft
- ½ tsk garam masala
- 7 bollar (1,66 L) vatn
- ¼ bolli (4 g) hakkað ferskt kóríander

LEIÐBEININGAR:

a) Setjið öll hráefnin nema kóríander í hæga eldavélina. Eldið á háum hita í 7 klukkustundir, þar til baunirnar brotna niður og verða nokkuð rjómalögaðar.

b) Um það bil hálfnað í eldunarferlinu munu baunirnar líta út eins og þær séu búnar, en haltu hæga eldunarvélinni gangandi. Karrýið verður enn vatnskennt og þarf að elda það frekar.

c) Fjarlægðu negulnaglana ef þú finnur þá. Bætið fersku kóríander og berið fram yfir basmati hrísgrjónum eða með roti eða naan.

39. Chana og Split Moong Dal með piparflögum

HRÁEFNI:

- 1 bolli (192 g) klofið gram (chana dal), tekið yfir og þvegið
- 1 bolli (192 g) þurrkaðar klofnar grænar linsubaunir með hýði (moong dal), teknar yfir og þvegnar
- ½ meðalgulur eða rauðlaukur, afhýddur og skorinn í teninga
- 1 stykki engiferrót, afhýdd og rifin eða söxuð
- 4 hvítlauksrif, afhýdd og rifin eða söxuð
- 1 meðalstór tómatur, afhýddur og skorinn í teninga
- 1–3 grænir taílenskir, serrano- eða cayenne-chiles, saxaðir
- 1 matskeið auk 1 tsk kúmenfræ, skipt
- 1 tsk túrmerikduft
- 2 tsk gróft sjávarsalt
- 1 tsk rautt chile duft eða cayenne
- 6 bollar vatn
- 2 matskeiðar olía
- 1 tsk rauð paprika flögur
- 2 matskeiðar hakkað ferskt kóríander

LEIÐBEININGAR:

a) Setjið klofna grömm, grænu linsubaunir, lauk, engiferrót, hvítlauk, tómata, chiles, 1 matskeið af kúmeninu, túrmerikinu, salti, rauðu chile duftinu og vatni í hæga eldavélina. Eldið á háum hita í 5 klst.

b) Undir lok eldunartímans skaltu hita olíuna á grunnri pönnu við miðlungsháan hita.

c) Bætið við 1 tsk af kúmeni sem eftir er.

d) Þegar það er malað skaltu bæta við rauðum piparflögum. Eldið í mesta lagi 30 sekúndur í viðbót. Ef þú eldar það of lengi verða flögurnar of harðar.

e) Bætið þessari blöndu, ásamt kóríander, við linsurnar.

f) Berið þetta fram eitt sér sem súpu eða með brúnum eða hvítum basmati hrísgrjónum, roti eða naan.

GRÆNTÆMI

40. Kryddað tófú og tómatar

HRÁEFNI:

- 2 matskeiðar olía
- 1 hrúga matskeið kúmenfræ
- 1 tsk túrmerikduft
- 1 meðalstór rauður eða gulur laukur, afhýddur og saxaður
- 1 (2 tommu [5-cm]) stykki engiferrót, afhýdd og rifin eða söxuð
- 6 hvítlauksrif, afhýdd og rifin eða söxuð
- 2 meðalstórir tómatar, skrældir (valfrjálst) og saxaðir (3 bollar [480 g])
- 2–4 grænir taílenskir, serrano- eða cayenne-chiles, saxaðir
- 1 matskeið tómatmauk
- 1 matskeið garam masala
- 1 matskeið þurrkuð fenugreek lauf (kasoori methi), létt mulin í höndunum til að losa bragðið.
- 1 bolli (237 ml) vatn
- 2 tsk gróft sjávarsalt
- 1 tsk rautt chile duft eða cayenne
- 2 meðalgrænar paprikur, fræhreinsaðar og skornar í teninga (2 bollar)
- 2 (14 únsur [397-g]) pakkar sérstaklega þétt lífrænt tófú, bakað og í teningum

LEIÐBEININGAR:

a) Í stórri, þungri pönnu, hitið olíuna yfir miðlungsháan hita.

b) Bætið kúmeninu og túrmerikinu út í. Eldið þar til fræin síast, um 30 sekúndur.

c) Bætið lauknum, engiferrótinni og hvítlauknum saman við. Eldið í 2 til 3 mínútur, þar til það er léttbrúnt, hrærið af og til.

d) Bætið við tómötum, chiles, tómatmauki, garam masala, fenugreek, vatni, salti og rauðu chile dufti. Lækkið hitann aðeins og látið malla án loksins í 8 mínútur.

e) Bætið paprikunni út í og eldið í 2 mínútur í viðbót. Bætið tófúinu út í og blandið varlega saman við. Eldið í aðrar 2 mínútur, þar til það er hitað í gegn. Berið fram með brúnum eða hvítum basmati hrísgrjónum, roti eða naan.

41.Kúmen kartöflukássa

HRÁEFNI:

- 1 matskeið olía
- 1 matskeið kúmenfræ
- ½ tsk asafetida (hing)
- ½ tsk túrmerikduft
- ½ tsk mangóduft (amchur)
- 1 lítill gulur eða rauðlaukur, afhýddur og skorinn í teninga
- 1 stykki engiferrót, afhýdd og rifin eða söxuð
- 3 stórar soðnar kartöflur (hvers konar), skrældar og skornar í teninga (4 bollar [600 g])
- 1 tsk gróft sjávarsalt
- 1–2 grænir taílenskir, serrano- eða cayenne-chili, stilkar fjarlægðir, þunnar sneiðar
- ¼ bolli (4 g) hakkað ferskt kóríander, safi úr ½ sítrónu

LEIÐBEININGAR:

a) Hitið olíuna á meðalháum hita á djúpri, þungri pönnu.

b) Bætið við kúmeni, asafetida, túrmerik og mangódufti. Eldið þar til fræin síast, um 30 sekúndur.

c) Bætið lauknum og engiferrótinni út í. Eldið í aðra mínútu, hrærið til að koma í veg fyrir að það festist.

d) Bætið við kartöflunum og salti. Blandið vel saman og eldið þar til kartöflurnar eru orðnar í gegn.

e) Toppið með chiles, kóríander og sítrónusafa. Berið fram sem hlið með roti eða naan eða velt í besan poora eða dosa. Þetta er frábært sem fylling fyrir grænmetissamloku eða jafnvel borið fram í salatbolla.

42.Sinnepsfræ kartöflukássa

HRÁEFNI:

- 1 matskeið sundurgrömm (chana dal)
- 1 matskeið olía
- 1 tsk túrmerikduft
- 1 tsk svört sinnepsfræ
- 10 karrýlauf, gróft skorin
- 1 lítill gulur eða rauðlaukur, afhýddur og skorinn í teninga
- 3 stórar soðnar kartöflur (hvers konar), skrældar og skornar í teninga (4 bollar [600 g])
- 1 tsk gróft hvítt salt
- 1–2 grænir taílenskir, serrano- eða cayenne-chili, stilkar fjarlægðir, þunnar sneiðar

LEIÐBEININGAR:

a) Leggið klofna grammið í bleyti í soðnu vatni á meðan þú undirbýr hráefnin sem eftir eru.
b) Hitið olíuna á meðalháum hita á djúpri, þungri pönnu.
c) Bætið við túrmerikinu, sinnepi, karrýlaufum og tæmdu klofnu grammi. Vertu varkár, fræin hafa tilhneigingu til að springa og bleyttu linsurnar gætu skvett olíu, svo þú gætir þurft lok. Eldið í 30 sekúndur, hrærið til að koma í veg fyrir að það festist.
d) Bætið lauknum út í. Eldið þar til það er aðeins brúnt, um það bil 2 mínútur.
e) Bætið kartöflunum, salti og chiles út í. Eldið í aðrar 2 mínútur. Berið fram sem hlið með roti eða naan eða velt í besan poora eða dosa. Þetta er frábært sem fylling fyrir grænmetissamloku eða jafnvel borið fram í salatbolla.

43. Hvítkál í Punjabi-stíl

HRÁEFNI:
- 3 matskeiðar (45 ml) olía
- 1 matskeið kúmenfræ
- 1 tsk túrmerikduft
- ½ gulur eða rauðlaukur, afhýddur og skorinn í teninga
- 1 stykki engiferrót, afhýdd og rifin eða söxuð
- 6 hvítlauksrif, afhýdd og söxuð
- 1 meðalstór kartöflu, afhýdd og skorin í teninga
- 1 meðalstórt hvítkál, ytri blöðin fjarlægð og fínt rifin (um 8 bollar [560 g])
- 1 bolli (145 g) baunir, ferskar eða frosnar
- 1 grænn tælenskur, serrano eða cayenne chile, stilkur fjarlægður, saxaður
- 1 tsk malað kóríander
- 1 tsk malað kúmen
- 1 tsk malaður svartur pipar
- ½ tsk rautt chile duft eða cayenne
- 1½ tsk sjávarsalt

LEIÐBEININGAR:
a) Setjið öll hráefnin í hæga eldavélina og blandið varlega saman.
b) Eldið við lágan hita í 4 klst. Berið fram með hvítum eða brúnum basmati hrísgrjónum, roti eða naan. Þetta er frábært fylliefni fyrir pítu með smá skvettu af sojajógúrt raita.

44.Hvítkál með sinnepsfræjum og kókoshnetu

HRÁEFNI:

- 2 msk heilar, roðnar svartar linsubaunir (sabut urud dal)
- 2 matskeiðar kókosolía
- ½ tsk asafetida (hing)
- 1 tsk svört sinnepsfræ
- 10–12 karrýblöð, grófsöxuð
- 2 matskeiðar ósykrað rifin kókos
- 1 meðalstórt höfuð hvítkál, saxað (8 bollar [560 g])
- 1 tsk gróft sjávarsalt
- 1–2 taílenskir, serrano- eða cayenne-chili, stilkar fjarlægðir, skornir langsum

LEIÐBEININGAR:

a) Leggið linsurnar í bleyti í soðnu vatni svo þær mýkist á meðan þú undirbýr hráefnin sem eftir eru.
b) Hitið olíuna á meðalháum hita á djúpri, þungri pönnu.
c) Bætið asafetida, sinnepi, tæmdum linsum, karrýlaufum og kókos saman við. Hitið þar til fræin springa, um 30 sekúndur. Gætið þess að brenna ekki karrýblöðin eða kókoshnetuna. Fræin geta sprungið út, svo hafðu lokið við höndina.
d) Bætið kálinu og salti saman við. Eldið, hrærið reglulega, í 2 mínútur þar til kálið er rétt að visna.
e) Bætið chiles út í. Berið fram strax sem heitt salat, kalt eða með roti eða naan.

45. Strengjabaunir með kartöflum

HRÁEFNI:
- 1 matskeið olía
- 1 tsk kúmenfræ
- ½ tsk túrmerikduft
- 1 meðalstór rauður eða gulur laukur, afhýddur og skorinn í teninga
- 1 stykki engiferrót, afhýdd og rifin eða söxuð
- 3 hvítlauksrif, afhýdd og rifin eða söxuð
- 1 meðalstór kartöflu, afhýdd og skorin í teninga
- ¼ bolli (59 ml) vatn
- 4 bollar (680 g) saxaðar strengjabaunir (½ tommu [13 mm] langar)
- 1–2 taílenskt, serrano eða cayenne chiles, saxað
- 1 tsk gróft sjávarsalt
- 1 tsk rautt chile duft eða cayenne

LEIÐBEININGAR:
a) Hitið olíuna á þungri, djúpri pönnu yfir meðalháan hita.
b) Bætið kúmeninu og túrmerikinu út í og sjóðið þar til fræin eru að malla, um það bil 30 sekúndur.
c) Bætið lauknum, engiferrótinni og hvítlauknum saman við. Eldið þar til það er aðeins brúnt, um það bil 2 mínútur.
d) Bætið kartöflunni út í og eldið í 2 mínútur í viðbót, hrærið stöðugt í. Bætið vatninu við til að koma í veg fyrir að það festist.
e) Bæta við strengbaunum. Eldið í 2 mínútur, hrærið af og til.
f) Bætið chili, salti og rauðu chile dufti út í.
g) Lækkið hitann í miðlungs lágan og hyljið pönnuna að hluta. Eldið í 15 mínútur þar til baunirnar og kartöflurnar eru mjúkar. Slökktu á hitanum og láttu pönnuna sitja, lokuð, á sama brennara í 5 til 10 mínútur í viðbót.
h) Berið fram með hvítum eða brúnum basmati hrísgrjónum, roti eða naan.

46. Eggaldin með kartöflum

HRÁEFNI:
- 2 matskeiðar olía
- ½ tsk asafetida (hing)
- 1 tsk kúmenfræ
- ½ tsk túrmerikduft
- 1 (2 tommu [5 cm]) stykki engiferrót, afhýdd og skorin í ½ tommu (13 mm) langar eldspýtustangir
- 4 hvítlauksrif, afhýdd og skorin gróft
- 1 meðalstór kartöflu, afhýdd og gróft skorin
- 1 stór laukur, afhýddur og saxaður gróft
- 1–3 taílenskt, serrano eða cayenne chiles, saxað
- 1 stór tómatur, gróft saxaður
- 4 meðalstór eggaldin með hýði, gróft saxað, viðarkenndir enda með (8 bollar [656 g])
- 2 tsk gróft sjávarsalt
- 1 matskeið garam masala
- 1 matskeið malað kóríander
- 1 tsk rautt chile duft eða cayenne
- 2 matskeiðar saxað ferskt kóríander, til skrauts

LEIÐBEININGAR:
a) Hitið olíuna á meðalháum hita á djúpri, þungri pönnu.
b) Bætið asafetida, kúmeni og túrmerik út í. Eldið þar til fræin síast, um 30 sekúndur.
c) Bætið engiferrótinni og hvítlauknum út í. Eldið, hrærið stöðugt í, í 1 mínútu.
d) Bætið kartöflunni út í. Eldið í 2 mínútur.
e) Bætið lauknum og chili út í og eldið í aðrar 2 mínútur, þar til það er aðeins brúnt.
f) Bætið tómötunum út í og eldið í 2 mínútur. Á þessum tímapunkti hefur þú búið til grunn fyrir réttinn þinn.
g) Bætið eggaldininu út í. (Það er mikilvægt að halda viðarkenndu endunum svo að þú og gestir þínir geti tuggið út dýrindis, kjötmikla miðjuna síðar.)
h) Bætið salti, garam masala, kóríander og rauðu chili duftinu út í. Eldið í 2 mínútur.
i) Látið hitann í lágmarki, hyljið pönnuna að hluta og eldið í 10 mínútur í viðbót.
j) Slökkvið á hitanum, hyljið pönnuna alveg og látið standa í 5 mínútur þannig að öll bragðefnin fái tækifæri til að blandast saman. Skreytið með kóríander og berið fram með roti eða naan.

47. Masala rósakál

HRÁEFNI:
- 1 matskeið olía
- 1 tsk kúmenfræ
- 2 bollar (474 ml) Gila Masala
- 1 bolli (237 ml) vatn
- 4 matskeiðar (60 ml) Cashew krem
- 4 bollar (352 g) rósakál, snyrt og helmingað
- 1–3 taílenskt, serrano eða cayenne chiles, saxað
- 2 tsk gróft sjávarsalt
- 1 tsk garam masala
- 1 tsk malað kóríander
- 1 tsk rautt chile duft eða cayenne
- 2 matskeiðar saxað ferskt kóríander, til skrauts

LEIÐBEININGAR:
a) Hitið olíuna á meðalháum hita á djúpri, þungri pönnu.

b) Bætið kúmeninu út í og sjóðið þar til fræin eru síuð, um það bil 30 sekúndur.

c) Bætið við norður-indverskri tómatsúpustofni, vatni, kasjúhnetukremi, rósakáli, chili, salti, garam masala, kóríander og rauðu chili dufti.

d) Látið suðuna koma upp. Lækkið hitann og látið malla án loksins í 10 til 12 mínútur þar til rósakálin mýkjast.

e) Skreytið með kóríander og berið fram yfir brúnum eða hvítum basmati hrísgrjónum eða með roti eða naan.

48.Rófur með sinnepsfræjum og kókos

HRÁEFNI:
- 1 matskeið olía
- 1 tsk svört sinnepsfræ
- 1 meðalgulur eða rauðlaukur, afhýddur og skorinn í teninga
- 2 tsk malað kúmen
- 2 tsk malað kóríander
- 1 tsk suður-indverskur masala
- 1 matskeið ósykrað, rifið kókos
- 5–6 litlar rófur, skrældar og skornar í teninga (3 bollar [408 g])
- 1 tsk gróft sjávarsalt
- 1½ [356 ml] bollar vatn

LEIÐBEININGAR:
a) Hitið olíuna á þungri pönnu yfir meðalháan hita.
b) Bætið sinnepsfræjunum út í og eldið þar til þau eru suðandi, um það bil 30 sekúndur.
c) Bætið lauknum út í og eldið þar til hann er aðeins brúnn, um 1 mínútu.
d) Bætið kúmeni, kóríander, suður-indverskri masala og kókos saman við. Eldið í 1 mínútu.
e) Bætið rófunum út í og eldið í 1 mínútu.
f) Bætið salti og vatni saman við. Látið suðuna koma upp, lækkið hitann, setjið lok á og látið malla í 15 mínútur.
g) Slökktu á hitanum og láttu pönnuna standa, lokuð, í 5 mínútur svo rétturinn geti tekið í sig öll bragðefnin. Berið fram með brúnum eða hvítum basmati hrísgrjónum eða með roti eða naan.

49. Rifinn Masala Squash

HRÁEFNI:
- 2 matskeiðar olía
- 2 tsk kúmenfræ
- 2 tsk malað kóríander
- 1 tsk túrmerikduft
- 1 stór leiðsögn eða grasker (hvers konar vetrar- eða sumarsquash virkar), afhýtt og rifið (8 bollar [928 g])
- 1 (2 tommu [5-cm]) stykki engiferrót, afhýdd og skorin í eldspýtustangir (⅓ bolli [32 g])
- 1 tsk gróft sjávarsalt
- 2 matskeiðar vatn Safi úr 1 sítrónu
- 2 matskeiðar saxaður ferskur kóríander

LEIÐBEININGAR:
a) Hitið olíuna á meðalháum hita á djúpri, þungri pönnu.

b) Bætið kúmeni, kóríander og túrmerik út í. Eldið þar til fræin síast, um 30 sekúndur.

c) Bætið leiðsögninni, engiferrótinni, salti og vatni út í. Eldið í 2 mínútur og blandið vel saman.

d) Lokið pönnunni og lækkið hitann í miðlungs lágan. Eldið í 8 mínútur.

e) Bætið sítrónusafanum og kóríander út í. Berið fram með roti eða naan, eða gerið eins og ég, og berið fram á ristuðu ensku muffins með þunnum sneiðum af gulum eða rauðlauk.

50. Cashew-fyllt Baby Eggplant

HRÁEFNI:

- ½ bolli (69 g) hráar kasjúhnetur
- 20 ungar eggaldin
- 2 matskeiðar olía, skipt
- 1 tsk kúmenfræ
- 1 tsk kóríanderfræ
- 1 matskeið sesamfræ
- ½ tsk svört sinnepsfræ
- ½ tsk fennel fræ
- ¼ tsk fenugreek fræ
- 1 stór gulur eða rauðlaukur, afhýddur og skorinn í teninga
- 1 stykki engiferrót, afhýdd og rifin eða söxuð
- 4 hvítlauksrif, afhýdd og skorin gróft
- 1–3 taílenskt, serrano eða cayenne chiles, saxað
- 1 tsk túrmerikduft
- 1 tsk rifinn jaggery (gur)
- 2 tsk garam masala
- 1 msk gróft sjávarsalt
- 1 tsk rautt chile duft eða cayenne
- 1 bolli (237 ml) vatn, skipt
- 2 matskeiðar saxað ferskt kóríander, til skrauts

LEIÐBEININGAR:

a) Leggið kasjúhneturnar í bleyti í vatni á meðan þið undirbúið afganginn af hráefninu.

b) Skerið 2 hornréttar raufar í hvert eggaldin frá botninum, vinnið í átt að stilknum og stoppið áður en þið skerið í gegnum eggaldinið. Þeir ættu að vera ósnortnir. Þú munt hafa 4 hluta þegar þú ert búinn, haldið saman af græna, viðarkennda stilknum. Settu þau í skál með vatni á meðan þú undirbýr afganginn af hráefninu. Þetta mun hjálpa til við að opna eggaldinin örlítið svo þú getir fyllt þau betur síðar.

c) Í þungri pönnu, hitið 1 matskeið af olíunni yfir miðlungs háan hita.

d) Bætið við kúmeni, kóríander, sesam, sinnepi, fennel og fenugreek fræjum. Eldið þar til fræin springa aðeins, um 30 sekúndur. Ekki ofsjóða þetta - fenugreekið getur orðið beiskt.

e) Bætið lauknum, engiferrótinni, hvítlauknum og chiles út í. Eldið þar til laukurinn er brúnn, um það bil 2 mínútur.

f) Bætið við túrmerikinu, jaggery, garam masala, salti, rauðu chile dufti og tæmdum kasjúhnetum. Eldið í aðrar 2 mínútur, þar til það er vel blandað.

g) Flyttu þessa blöndu í matvinnsluvél. Bætið ½ bolla (119 ml) af vatni út í og vinnið þar til það er slétt. Taktu þinn tíma; þú gætir þurft að stoppa og skafa niður hliðarnar.

h) Nú eru eggaldin tilbúin til að fyllast! Haldið eggaldin í annarri hendinni og setjið um það bil 1 matskeið af blöndunni í kjarnann á eggaldininu, sem þekur allar hliðar.

i) Lokaðu eggaldininu varlega aftur og settu það í stóra skál þar til þú klárar að fylla öll eggaldinin.

j) Hitið hina 1 msk olíu sem eftir er á stórri, djúpri pönnu yfir miðlungs háan hita. Bætið eggaldinunum varlega út í, einu í einu. Bætið afgangnum af masala og ½ bolla af vatni sem eftir er út í og lækkið hitann í meðallagi. Setjið lok á pönnuna og eldið í 20 mínútur, hrærið varlega af og til og passið að halda eggaldinunum ósnortnum.

k) Slökktu á hitanum og láttu eggaldinin standa í 5 mínútur til að eldast í gegn og draga í sig öll bragðefnin. Skreytið með kóríander og berið fram yfir hrísgrjónum eða með roti eða naan.

51. Kryddað spínat með „Paneer"

HRÁEFNI:

- 2 matskeiðar olía
- 1 matskeið kúmenfræ
- 1 tsk túrmerikduft
- 1 stór gulur eða rauðlaukur, afhýddur og skorinn í teninga
- 1 (2 tommu [5-cm]) stykki engiferrót, afhýdd og rifin eða söxuð
- 6 hvítlauksrif, afhýdd og rifin eða söxuð
- 2 stórir tómatar, saxaðir
- 1–2 taílenskt, serrano eða cayenne chiles, saxað
- 2 matskeiðar tómatmauk
- 1 bolli (237 ml) vatn
- 1 matskeið malað kóríander
- 1 matskeið garam masala
- 2 tsk gróft sjávarsalt
- 12 bollar (360 g) þétt pakkað saxað ferskt spínat
- 1 (14 únsu [397-g]) pakki sérstaklega stíft, lífrænt tófú, bakað og í teningum

LEIÐBEININGAR:

a) Hitið olíuna á meðalháum hita á breiðri, þungri pönnu.

b) Bætið kúmeninu og túrmerikinu út í og eldið þar til fræin eru að malla, um það bil 30 sekúndur.

c) Bætið lauknum út í og eldið þar til hann er brúnn, um það bil 3 mínútur, hrærið varlega svo hann festist ekki.

d) Bætið engiferrótinni og hvítlauknum út í. Eldið í 2 mínútur.

e) Bæta við tómötum, chiles, tómatmauki, vatni, kóríander, garam masala og salti. Lækkið hitann og látið malla í 5 mínútur.

f) Bætið spínatinu út í. Þú gætir þurft að gera þetta í lotum, bæta við meira eftir því sem það visnar. Það mun líta út fyrir að þú hafir allt of mikið spínat, en ekki hafa áhyggjur. Það mun allt eldast niður. Treystu mér!

g) Eldið í 7 mínútur þar til spínatið er visnað og soðið niður. Blandið saman með blöndunartæki eða í hefðbundnum blandara.

h) Bætið tófúinu út í og eldið í 2 til 3 mínútur í viðbót. Berið fram með roti eða naan.

52.Karrí vetrarmelóna

HRÁEFNI:
- 2 matskeiðar olía
- ½ tsk asafetida
- 1 tsk kúmenfræ
- ½ tsk túrmerikduft
- 1 meðalstór vetrarmelóna, húð eftir á, skorin í teninga
- 1 meðalstór tómatur, skorinn í teninga

LEIÐBEININGAR:
a) Hitið olíuna á meðalháum hita á djúpri, þungri pönnu.
b) Bætið asafetida, kúmeni og túrmerik út í og eldið þar til fræin eru suðandi, um það bil 30 sekúndur.
c) Bætið vetrarmelónunni út í. Eldið í 3 mínútur.
d) Bætið tómötunum út í, lækkið hitann í lágan og hyljið pönnuna að hluta. Eldið í 15 mínútur.
e) Slökktu á hitanum. Stilltu lokið þannig að það hylji pönnuna alveg og láttu pönnuna standa í 10 mínútur til að sameina bragðið alveg.

53.Fenugreek-spínat kartöflur

HRÁEFNI:
- 2 matskeiðar olía
- 1 tsk kúmenfræ
- 1 12 aura pakki frosið spínat
- 1½ bollar þurrkuð fenugreek lauf
- 1 stór kartöflu, afhýdd og skorin í teninga
- 1 tsk gróft sjávarsalt
- ½ tsk túrmerikduft
- ¼ tsk rautt chile duft eða cayenne
- ¼ bolli (59 ml) vatn

LEIÐBEININGAR:
a) Hitið olíuna á þungri pönnu yfir meðalháan hita.
b) Bætið kúmeninu út í og sjóðið þar til fræin eru síuð, um það bil 30 sekúndur.
c) Bætið spínatinu út í og lækkið hitann í miðlungs lágan. Lokið pönnunni og eldið í 5 mínútur.
d) Bætið fenugreek laufunum út í, blandið varlega saman, setjið lokið á og eldið í 5 mínútur í viðbót.
e) Bætið við kartöflunni, salti, túrmerik, rauðu chili dufti og vatni. Blandið varlega saman við.
f) Setjið lokið aftur á og eldið í 10 mínútur.
g) Takið pönnuna af hitanum og látið standa með loki á í 5 mínútur í viðbót. Berið fram með roti eða naan.

54. Brakandi Okra

HRÁEFNI:

- 2 matskeiðar olía
- 1 tsk kúmenfræ
- 1 tsk túrmerikduft
- 1 stór gulur eða rauðlaukur, afhýddur og saxaður mjög gróft
- 1 stykki engiferrót, afhýdd og rifin eða söxuð
- 3 hvítlauksgeirar, skrældir og saxaðir, söxaðir eða rifnir
- 2 punda okra, þvegið, þurrkað, snyrt og skorið
- 1–2 taílenskt, serrano eða cayenne chiles, saxað
- ½ tsk mangóduft
- 1 tsk rautt chile duft eða cayenne
- 1 tsk garam masala
- 2 tsk gróft sjávarsalt

LEIÐBEININGAR:

a) Hitið olíuna á meðalháum hita á djúpri, þungri pönnu. Bætið kúmeninu og túrmerikinu út í. Eldið þar til fræin byrja að malla, um það bil 30 sekúndur.

b) Bætið lauknum út í og eldið þar til hann er brúnaður, 2 til 3 mínútur. Þetta er lykilskref fyrir okruna mína. Stóru, þykku bitarnir af lauknum ættu að brúnast út um allt og karamelliserast örlítið. Þetta verður ljúffengur grunnur fyrir lokaréttinn.

c) Bætið engiferrótinni og hvítlauknum út í. Eldið í 1 mínútu, hrærið af og til.

d) Bætið okrinu út í og eldið í 2 mínútur, bara þar til okran verður skærgræn.

e) Bætið chiles, mangó duftinu, rauðu chile duftinu, garam masala og salti út í. Eldið í 2 mínútur, hrærið af og til.

f) Lækkið hitann í lágan og hyljið pönnuna að hluta. Eldið í 7 mínútur, hrærið af og til.

g) Slökktu á hitanum og stilltu lokið þannig að það hylji pottinn alveg. Leyfðu því að sitja í 3 til 5 mínútur til að leyfa öllum bragði að frásogast.

h) Skreytið með kóríander og berið fram með brúnum eða hvítum basmati hrísgrjónum, roti eða naan.

SALÖT OG HLIÐAR

55.Kryddað baunasalat

HRÁEFNI:

- 4 bollar soðnar baunir (eða 2 [15 aura] (426-g) dósir, tæmdar og skolaðar)
- 1 meðalstór kartöflu, soðin og skorin í teninga
- ½ meðalstór rauðlaukur, afhýddur og skorinn í teninga
- 1 meðalstór tómatur, skorinn í teninga
- 1 stykki engiferrót, afhýdd og rifin eða söxuð
- 2–3 grænir taílenskir, serrano- eða cayenne-chiles, saxaðir
- Safi úr 1 sítrónu
- 1 tsk svart salt (kala namak)
- 1 tsk Chaat Masala
- ½ tsk gróft sjávarsalt
- ½-1 tsk rautt chili duft eða cayenne
- ¼ bolli (4 g) hakkað ferskt kóríander
- ¼ bolli (59 ml) Tamarind-döðluchutney

LEIÐBEININGAR:

a) Blandið öllum hráefnunum saman í stórri skál nema tamarind-döðluchutneyinu.

b) Skiptið salatinu í litlar skálar og toppið hverja af þeim með matskeið af Tamarind-döðluchutney.

56. Mung Sprout Salat frá mömmu

HRÁEFNI:
- 1 bolli (192 g) spíraðar heilar grænar linsubaunir (sabut moong)
- 1 grænn laukur, saxaður
- 1 lítill tómatur, saxaður (½ bolli [80 g])
- ½ lítil rauð eða gul paprika, saxuð (¼ bolli [38 g])
- 1 lítil agúrka, afhýdd og saxuð
- 1 lítil kartöflu, soðin, afhýdd og saxuð
- 1 stykki engiferrót, afhýdd og rifin eða söxuð
- 1–2 grænn tælenskur, serrano eða cayenne chili, saxaður
- ¼ bolli (4 g) hakkað ferskt kóríander
- Safi úr ½ sítrónu eða lime
- ½ tsk sjávarsalt
- ½ tsk rautt chile duft eða cayenne
- ½ tsk olía

LEIÐBEININGAR:
a) Blandið öllum hráefnunum saman og blandið vel saman. Berið fram sem meðlætissalat eða sem fljótlegt, hollt, próteinríkt snarl.
b) Fylltu inni í pítu með söxuðu avókadó fyrir fljótlegan hádegisverð.

57. Chickpea Popper Street salat

HRÁEFNI:
- 4 bollar (948 ml) kjúklingabaunapoppar eldaðir með hvaða masala sem er
- 1 meðalgulur eða rauðlaukur, afhýddur og skorinn í teninga
- 1 stór tómatur, skorinn í teninga
- Safi úr 2 sítrónum
- ½ bolli (8 g) saxaður ferskur kóríander
- 2–4 grænir taílenskir, serrano- eða cayenne-chiles, saxaðir
- 1 tsk gróft sjávarsalt
- 1 tsk svart salt (kala namak)
- 1 tsk rautt chile duft eða cayenne
- 1 tsk Chaat Masala
- ½ bolli (119 ml) myntuchutney
- ½ bolli (119 ml) Tamarind-döðluchutney
- 1 bolli (237 ml) sojajógúrt Raita

LEIÐBEININGAR:
a) Í djúpri skál, blandið saman kjúklingabaunum, lauk, tómötum, sítrónusafa, kóríander, chiles, sjávarsalti, svörtu salti, rauðu chile dufti og Chaat Masala.
b) Skiptið blöndunni á einstakar framreiðsluskálar.
c) Toppið hverja skál með matskeið af myntu og tamarind-döðlu chutneys og sojajógúrt Raita. Berið fram strax.

58. Götu maís salat

HRÁEFNI:
- 4 eyru maís, afhýdd og hreinsuð
- Safi úr 1 meðalstórri sítrónu
- 1 tsk gróft sjávarsalt
- 1 tsk svart salt (kala namak)
- 1 tsk Chaat Masala
- 1 tsk rautt chile duft eða cayenne

LEIÐBEININGAR:
a) Ristið kornið þar til það er aðeins kulnað.
b) Fjarlægðu kjarnana úr maísnum.
c) Settu maískornin í skál og blandaðu öllum hinum hráefnunum saman við. Berið fram strax.

59. Stökkt gulrótasalat

HRÁEFNI:

- ½ bolli (96 g) grænar linsubaunir og roðhreinsaðar
- 5 bollar (550 g) skrældar og rifnar gulrætur
- 1 meðalstórt daikon, afhýtt og rifið
- ¼ bolli (40 g) hráar jarðhnetur, þurrristaðar
- ¼ bolli (4 g) hakkað ferskt kóríander
- Safi úr 1 meðalstórri sítrónu
- 2 tsk gróft sjávarsalt
- ½ tsk rautt chile duft eða cayenne
- 1 matskeið olía
- 1 hrúga teskeið svört sinnepsfræ
- 6–7 karrýblöð, grófsöxuð
- 1–2 grænn tælenskur, serrano eða cayenne chili, saxaður

LEIÐBEININGAR:

a) Leggið linsurnar í soðnu vatni í 20 til 25 mínútur þar til þær eru al dente. Tæmdu.

b) Setjið gulrætur og daikon í djúpa skál.

c) Bætið tæmdum linsum, hnetum, kóríander, sítrónusafa, salti og rauðu chili dufti út í.

d) Hitið olíuna á miðlungsháum hita á grunnri, þungri pönnu.

e) Bætið sinnepsfræjunum út í. Hyljið pönnuna (svo þau skjóti ekki upp úr og brenni þig) og eldið þar til fræin síast, um það bil 30 sekúndur.

f) Bætið karrýblöðunum og grænu chili varlega saman við.

g) Hellið þessari blöndu yfir salatið og blandið vel saman. Berið fram strax, eða geymið í kæli áður en það er borið fram.

60. Granatepli Chaat

HRÁEFNI:
- 2 stór granatepli, fræ fjarlægð (3 bollar [522 g])
- ½–1 tsk svart salt (kala namak)

LEIÐBEININGAR:
a) Blandið fræjunum saman við svarta saltið.
b) Njóttu strax, eða geymdu í kæli í allt að viku.

61. Masala ávaxtasalat

HRÁEFNI:
- 1 meðalþroskuð kantalópa, afhýdd og skorin í teninga (7 bollar [1,09 kg])
- 3 meðalstórir bananar, skrældir og skornir í sneiðar
- 1 bolli (100 g) frælaus vínber
- 2 meðalstórar perur, kjarnhreinsaðar og skornar í teninga
- 2 lítil epli, kjarnhreinsuð og skorin í teninga (1 bolli [300 g])
- Safi úr 1 sítrónu eða lime
- ½ tsk gróft sjávarsalt
- ½ tsk Chaat Masala
- ½ tsk svart salt (kala namak)
- ½ tsk rautt chile duft eða cayenne

LEIÐBEININGAR:
a) Blandið öllum hráefnunum varlega saman í stórri skál.
b) Berið strax fram hefðbundinn götumat, í litlum skálum með tannstönglum.

62. Heitt norður indverskt salat

HRÁEFNI:

- 1 matskeið olía
- 1 tsk kúmenfræ
- ½ tsk túrmerikduft
- 1 meðalgulur eða rauðlaukur, afhýddur og saxaður
- 1 stykki engiferrót, afhýdd og skorin í eldspýtustangir
- 2 hvítlauksrif, afhýdd og rifin
- 1–2 grænn tælenskur, serrano eða cayenne chiles
- 2 bollar (396 g) soðnar heilar baunir eða linsubaunir
- 1 tsk gróft sjávarsalt
- ½ tsk rautt chile duft eða cayenne
- ½ tsk svart salt (kala namak)
- ¼ bolli (4 g) hakkað ferskt kóríander

LEIÐBEININGAR:

a) Hitið olíuna á meðalháum hita á djúpri, þungri pönnu.

b) Bætið kúmeninu og túrmerikinu út í. Eldið þar til fræin síast, um 30 sekúndur.

c) Bætið lauknum, engiferrótinni, hvítlauknum og chiles út í. Eldið þar til það er brúnt, um 2 mínútur.

d) Bætið baununum eða linsunum út í. Eldið 2 mínútur í viðbót.

e) Bætið við sjávarsalti, chili dufti, svörtu salti og kóríander. Blandið vel saman og berið fram.

63. Kalt indverskt götusalat

HRÁEFNI:
- 4 bollar soðnar heilar baunir eða linsubaunir
- 1 meðalstór rauðlaukur, afhýddur og skorinn í teninga
- 1 meðalstór tómatur, skorinn í teninga
- 1 lítil agúrka, afhýdd og skorin í teninga
- 1 meðalstórt daikon, afhýtt og rifið
- 1–2 grænn tælenskur, serrano eða cayenne chili, saxaður
- ¼ bolli (4 g) hakkað ferskt kóríander, hakkað
- Safi úr 1 stórri sítrónu
- 1 tsk gróft sjávarsalt
- ½ tsk svart salt (kala namak)
- ½ tsk Chaat Masala
- ½ tsk rautt chile duft eða cayenne
- 1 tsk ferskt hvítt túrmerik, skrælt og rifið (valfrjálst)

LEIÐBEININGAR:
a) Blandið öllum hráefnunum saman í djúpa skál.
b) Berið fram strax sem hliðarsalat eða vafinn inn í salatblað.

64. Appelsínusalat

HRÁEFNI:
- 3 meðalstórar appelsínur, skrældar, fræhreinsaðar og skornar í teninga (3 bollar [450 g])
- 1 lítill gulur eða rauðlaukur, afhýddur og saxaður
- 10–12 svartar Kalamata ólífur, grófhreinsaðar og saxaðar
- ¼ bolli (4 g) hakkað ferskt kóríander
- Safi úr 2 meðalstórum lime
- ½ tsk gróft sjávarsalt
- ½ tsk svart salt (kala namak)
- ½ tsk garam masala
- ½ tsk malaður svartur pipar
- ¼ tsk rautt chile duft eða cayenne

LEIÐBEININGAR:
a) Blandið öllum hráefnunum varlega saman við.
b) Geymið í kæli í að minnsta kosti 30 mínútur áður en það er borið fram.

SÚPUR

65. Norður-indversk tómatsúpa

HRÁEFNI:

- 2 tsk olía
- 1 hrúga teskeið kúmenfræ
- ½ tsk túrmerikduft
- 4 meðalstórir tómatar, skrældir og saxaðir gróft
- 1 stykki engiferrót, afhýdd og rifin eða söxuð
- 3 hvítlauksgeirar, skrældir og saxaðir
- 1-2 grænn tælenskur, serrano eða cayenne chili, saxaður
- ¼ bolli (4 g) hakkað ferskt kóríander
- ½ tsk rautt chile duft eða cayenne
- 4 bollar (948 ml) vatn
- 1 tsk gróft sjávarsalt
- ½ tsk malaður svartur pipar
- Safi úr ½ lime
- 2 matskeiðar næringarger
- Brautónur, til skrauts

LEIÐBEININGAR:

a) Hitið olíuna í stórum súpupotti yfir meðalháan hita.

b) Bætið kúmeninu og túrmerikinu út í og eldið þar til fræin eru að malla, um það bil 30 sekúndur.

c) Bætið tómötunum, engiferrótinni, hvítlauknum, chiles, kóríander, rauðu chili duftinu og vatni út í. Látið suðuna koma upp.

d) Lækkið hitann í miðlungs lágan hita og látið malla í um 15 mínútur. Þegar tómatarnir eru orðnir mjúkir skaltu vinna með blöndunartæki þar til þeir eru sléttir.

e) Bætið við salti, svörtum pipar, limesafa og næringargeri, ef það er notað. Blandið vel saman og berið fram heitt, skreytt með brauðteningum. Gerðu úr þessu litla máltíð með því að bæta matskeið af soðnum brúnum eða hvítum basmati hrísgrjónum í hvern bolla áður en hann er borinn fram.

66.Engifer sojamjólkursúpa

HRÁEFNI:
- 2 bollar venjuleg ósykrað sojamjólk
- ¼ bolli (59 ml) Adarak Masala
- ½ tsk gróft sjávarsalt
- ½ tsk rautt chile duft eða cayenne
- 1–3 grænir taílenskir, serrano- eða cayenne-chiles, saxaðir
- ½ bolli (119 ml) vatn (valfrjálst)
- ¼ bolli (4 g) saxaður, ferskur kóríander

LEIÐBEININGAR:
a) Látið suðuna koma upp í potti yfir meðalháum hita.
b) Bætið við Adarak Masala, salti, rauðu chile dufti, grænu chiles og vatni (ef það er notað).
c) Látið suðuna koma upp, bætið kóríander út í og berið fram með þykkum roti eða naan.

67.Seitan Mulligatawny súpa

HRÁEFNI:

- 1 bolli (192 g) þurrkaðar rauðar klofnar (brúnar) linsubaunir (masoor dal), hreinsaðar og þvegnar
- 8 bollar (1,90 L) vatn
- 1 meðalstór laukur, afhýddur og saxaður gróft
- 2 meðalstórir tómatar, skrældir og saxaðir (1 bolli [160 g])
- 1 lítil kartöflu, afhýdd og skorin í teninga
- 1 matskeið heil svört piparkorn
- 1 tsk túrmerikduft
- 1 (8 aura [227-g]) pakki venjulegt seitan, tæmt og skorið í litla bita (2 bollar)
- 2 tsk gróft sjávarsalt
- 1 tsk malaður svartur pipar
- 1 matskeið grömm (kjúklingabaunir) hveiti (besan)
- 3 matskeiðar olía
- 3 matskeiðar engifer-hvítlauksmauk
- 2 tsk malað kúmen
- 2 tsk malað kóríander
- 1 tsk rautt chile duft eða cayenne
- Safi úr 1 sítrónu

LEIÐBEININGAR:

a) Setjið linsubaunir, vatn, lauk, tómata, kartöflur, piparkorn og túrmerik í stóran, þungan súpupott. Látið suðuna koma upp við meðalháan hita og lækkið svo hitann niður í suðu.
b) Eldið að hluta undir lokinu í 20 mínútur.
c) Á meðan skaltu blanda saman seitaninu, salti og möluðum svörtum pipar.
d) Þegar súpan er búin að elda skaltu blanda henni þar til hún er slétt annað hvort með blöndunartæki, venjulegum blandara eða öflugri blandara. Blandið saman í skömmtum ef þarf.
e) Stráið seitaninu létt með grammjöli.
f) Hitið olíuna á miðlungsháum hita á lítilli pönnu.
g) Bætið engifer-hvítlauksmaukinu út í og steikið í 1 til 2 mínútur. (Hafið lok við höndina; olían getur skvettist. Hrærið áfram og lækkið hitann ef þarf.)
h) Bætið kúmeni, kóríander og rauðu chile duftinu út í og hrærið í 1 mínútu.

i) Bætið seitanblöndunni út í og eldið í 3 mínútur í viðbót, þar til hún er aðeins brún.
j) Bætið þessari blöndu út í súpuna og látið suðuna koma upp.
k) Bætið sítrónusafanum út í.
l) Berið fram heitt, í skálum. Þú getur líka bætt matskeið af soðnum hrísgrjónum í hverja skál áður en súpunni er bætt við til að fá aukna áferð.

68. Kryddgræn súpa

HRÁEFNI:
- 2 matskeiðar olía
- 1 tsk kúmenfræ
- 2 kassíublöð
- 1 meðalgulur laukur, afhýddur og saxaður gróft
- 1 stykki engiferrót, afhýdd og rifin eða söxuð
- 10 hvítlauksrif, afhýdd og skorin gróft
- 1 lítil kartöflu, afhýdd og saxuð gróft
- 1–2 grænn tælenskur, serrano eða cayenne chili, saxaður
- 2 bollar (290 g) baunir, ferskar eða frosnar
- 2 bollar (60 g) pakkað saxað grænmeti
- 6 bollar vatn
- ½ bolli (8 g) saxaður ferskur kóríander
- 2 tsk gróft sjávarsalt
- ½ tsk malað kóríander
- ½ tsk ristað malað kúmen
- Safi úr ½ sítrónu
- Brautónur, til skrauts

LEIÐBEININGAR:

a) Í djúpum, þungum súpupotti, hitið olíuna yfir meðalháan hita.

b) Bætið kúmenfræjunum og kassíulaufunum út í og hitið þar til fræin síast, um það bil 30 sekúndur.

c) Bætið lauknum, engiferrótinni og hvítlauknum saman við. Eldið í aðrar 2 mínútur, blandið öðru hverju.

d) Bætið kartöflunni út í og eldið í 2 mínútur í viðbót.

e) Bætið chiles, baunum og grænmetinu út í. Eldið 1 til 2 mínútur, þar til grænmetið hefur visnað.

f) Bætið vatninu við. Látið suðuna koma upp, lækkið hitann og látið malla án loksins í 5 mínútur.

g) Bætið kóríander út í.

h) Fjarlægðu kassíublöðin eða lárviðarlaufin og blandaðu saman með blöndunartæki.

i) Setjið súpuna aftur í pottinn. Bætið salti, kóríander og möluðu kúmeni út í. Hitið súpuna aftur að suðu. Bætið sítrónusafanum út í.

69. Suður-indversk tómat- og tamarindsúpa

HRÁEFNI:
- ½ bolli (96 g) þurrkaðar klofnar og roðnar dúfubaunir (toor dal), hreinsaðar og þvegnar
- 4 meðalstórir tómatar, skrældir og saxaðir (4 bollar [640 g])
- 1 stykki engiferrót, afhýdd og rifin eða söxuð
- 2 tsk gróft sjávarsalt
- 1 tsk túrmerikduft
- 1 bolli (237 ml) Tamarind safi
- 2 matskeiðar Rasam duft
- 7 bollar (1,66 L) vatn
- 1 matskeið olía
- 1 tsk svört sinnepsfræ
- 1 tsk kúmenfræ
- 15–20 karrýblöð, grófsöxuð
- 1 hrúga matskeið saxað ferskt kóríander, til skrauts
- Sítrónubátar, til skrauts

LEIÐBEININGAR:
a) Setjið dúfubaunirnar, tómatana, engiferrót, salt, túrmerik, tamarindsafa, Rasam duft og vatn í hæga eldavélina. Eldið á háum hita í 3½ klst.
b) Blandið með dýfublöndunartæki, í hefðbundnum blandara eða í öflugum blandara.
c) Á meðan, á helluborðinu, gerið temprun (tarka). Hitið olíuna á meðalháum hita á pönnu. Bætið sinnepi og kúmeni út í og sjóðið þar til blandan síast, um það bil 30 sekúndur. Bætið karríblöðunum út í og eldið þar til blöðin verða aðeins brún og byrja að krullast. Gætið þess að blanda öðru hverju svo kryddin brenni ekki. Eftir 1 til 2 mínútur skaltu setja heita blönduna í hæga eldavélina.
d) Eldið súpuna í 30 mínútur í viðbót og berið fram strax, skreytt með kóríander og sítrónubát.

70. Krydd linsubaunasúpa (Masoor Dal súpa)

HRÁEFNI:
- 1 bolli rauðar linsubaunir (masoor dal), þvegnar og lagðar í bleyti
- 1 laukur, smátt saxaður
- 1 tómatur, saxaður
- 1 gulrót, skorin í teninga
- 1 sellerístilkur, saxaður
- 2 hvítlauksgeirar, saxaðir
- 1 tommu engifer, rifinn
- 1 tsk kúmenfræ
- 1 tsk túrmerikduft
- 1 tsk kóríanderduft
- 1/2 tsk rautt chili duft
- Salt eftir smekk
- 4 bollar grænmetis- eða kjúklingasoð
- Fersk kóríanderlauf til skrauts

LEIÐBEININGAR:
a) Hitið olíu í potti og bætið kúmenfræjum út í. Þegar þau hafa sprottið, bætið við saxuðum lauk, hvítlauk og engifer.
b) Steikið þar til laukurinn er orðinn hálfgagnsær, bætið síðan við söxuðum tómötum, túrmerikdufti, kóríanderdufti og rauðu chilidufti.
c) Bætið við bleytum linsubaunir, sneiðum gulrótum, selleríi og salti. Blandið vel saman.
d) Hellið soðinu út í og látið suðuna koma upp. Látið malla þar til linsubaunir og grænmeti er orðið meyrt.
e) Skreytið með fersku kóríanderlaufi áður en það er borið fram.

71.Tómat og kúmen súpa

HRÁEFNI:
- 4 stórir tómatar, saxaðir
- 1 laukur, saxaður
- 2 hvítlauksgeirar, saxaðir
- 1 tsk kúmenfræ
- 1/2 tsk rautt chili duft
- 1/2 tsk sykur
- Salt eftir smekk
- 4 bollar grænmetissoð
- Fersk kóríanderlauf til skrauts

LEIÐBEININGAR:

a) Hitið olíu í potti og bætið kúmenfræjum út í. Þegar þau hafa sprungið, bætið við saxuðum lauk og hvítlauk.

b) Steikið þar til laukurinn er orðinn gullinbrúnn, bætið síðan við söxuðum tómötum, rauðu chilidufti, sykri og salti.

c) Eldið þar til tómatarnir eru orðnir mjúkir og mjúkir.

d) Hellið grænmetissoðinu út í og látið súpuna sjóða.

e) Skreytið með fersku kóríanderlaufi áður en það er borið fram.

72. Kryddy graskerssúpa

HRÁEFNI:
- 2 bollar grasker, skorið í teninga
- 1 laukur, saxaður
- 2 hvítlauksgeirar, saxaðir
- 1 tommu engifer, rifinn
- 1 tsk kúmenfræ
- 1/2 tsk kóríanderduft
- 1/2 tsk kanillduft
- Klípa af múskat
- Salt og pipar eftir smekk
- 4 bollar grænmetissoð
- 1/2 bolli kókosmjólk
- Ferskt kóríander til skrauts

LEIÐBEININGAR:
a) Hitið olíu í potti og bætið kúmenfræjum út í. Þegar þau hafa sprottið, bætið við saxuðum lauk, hvítlauk og engifer.
b) Steikið þar til laukurinn er orðinn hálfgagnsær, bætið síðan við hægelduðum graskeri, kóríanderdufti, kanildufti, múskati, salti og pipar.
c) Eldið í nokkrar mínútur, hellið svo grænmetissoðinu út í og látið malla þar til graskerið er meyrt.
d) Blandið súpunni saman þar til hún er mjúk, setjið hana aftur í pottinn og hrærið kókosmjólk út í.
e) Skreytið með fersku kóríander áður en það er borið fram.

73.Kryddaður tómatur Rasam

HRÁEFNI:
- 2 stórir tómatar, saxaðir
- 1/2 bolli tamarind þykkni
- 1 tsk sinnepsfræ
- 1 tsk kúmenfræ
- 1/2 tsk svartur pipar
- 1/2 tsk túrmerikduft
- 1/2 tsk rasam duft
- Klípa af asafoetida (hing)
- Karrí lauf
- Kóríanderblöð til skrauts
- Salt eftir smekk

LEIÐBEININGAR:
a) Hitið olíu í potti og bætið sinnepsfræjum út í. Þegar þau hafa sprottið, bætið við kúmenfræjum, svörtum pipar og karrýlaufum.
b) Bætið við söxuðum tómötum, túrmerikdufti, rasamdufti, asafoetida og salti. Eldið þar til tómatarnir eru orðnir mjúkir.
c) Hellið tamarind þykkni út í og látið suðuna koma upp. Látið malla í nokkrar mínútur.
d) Skreytið með kóríanderlaufum áður en borið er fram.

74. Kóríander og myntu súpa

HRÁEFNI:
- 1 bolli fersk kóríanderlauf
- 1/2 bolli fersk myntulauf
- 1 laukur, saxaður
- 2 hvítlauksgeirar, saxaðir
- 1 tsk kúmenfræ
- 1/2 tsk kóríanderduft
- 1/2 tsk svartur pipar
- 4 bollar grænmetissoð
- Salt eftir smekk
- Sítrónubátar til framreiðslu

LEIÐBEININGAR:
a) Hitið olíu í potti og bætið kúmenfræjum út í. Þegar þau hafa sprungið, bætið við saxuðum lauk og hvítlauk.
b) Steikið þar til laukurinn er orðinn hálfgagnsær, bætið síðan við ferskum kóríanderlaufum, myntulaufum, kóríanderdufti, svörtum pipar og salti.
c) Eldið í nokkrar mínútur, hellið svo grænmetissoðinu út í og látið malla þar til kryddjurtirnar eru orðnar meyrar.
d) Blandið súpunni saman þar til hún er mjúk, setjið hana aftur í pottinn og stillið kryddið ef þarf.
e) Berið fram með kreistu af sítrónu.

KARÍUR

75. Grasker karrý með krydduðum fræjum

HRÁEFNI:

- 3 bollar grasker – skorið í 1–2 cm bita
- 2 matskeiðar olía
- ½ matskeið sinnepsfræ
- ½ matskeið kúmenfræ
- Klípa asafetida
- 5-6 karrýblöð
- ¼ matskeið fenugreek fræ
- 1/4 matskeið fennel fræ
- 1/2 matskeið rifinn engifer
- 1 matskeið tamarindmauk
- 2 matskeiðar – þurr, möluð kókos
- 2 matskeiðar ristaðar jarðhnetur
- Salt og púðursykur eða jaggery eftir smekk
- Fersk kóríanderblöð

LEIÐBEININGAR:

a) Hitið olíuna og bætið sinnepsfræjunum út í. Þegar þær poppa, bætið við kúmeni, fenugreek, asafetida, engifer, karrýlaufum og fennel. Eldið í 30 sekúndur.

b) Bætið við graskeri og salti. Bætið tamarindmaukinu eða vatni með kvoða inni í. Bæta við jaggery eða púðursykri. Bætið við möluðum kókos og hnetudufti. Eldið í nokkrar mínútur í viðbót. Bætið fersku saxuðu kóríander út í.

76.Tamarind fiskur karrý

HRÁEFNI:

- 11/2 pund, hvítfiskur, skorinn í bita
- 3/4 tsk og 1/2 tsk túrmerikduft
- 2 tsk tamarind kvoða, liggja í bleyti í 1/4 bolli af heitu vatni í 10 mínútur
- 3 matskeiðar jurtaolía
- 1/2 tsk svört sinnepsfræ
- 1/4 tsk fenugreek fræ
- 8 fersk karrýblöð
- stór laukur, saxaður
- Serrano grænn chili, fræhreinsaður og saxaður
- litlir tómatar, saxaðir
- 2 þurrkaðir rauðir chili, grófstýrðir
- 1 tsk kóríanderfræ, grófstuð
- 1/2 bolli ósykrað þurrkuð kókoshneta
- Borðsalt, eftir smekk
- 1 bolli vatn

LEIÐBEININGAR:

a) Setjið fiskinn í skál. Nuddið vel með 3/4 tsk túrmerikinu og setjið til hliðar í um það bil 10 mínútur. Skolaðu og þurrkaðu.

b) Sigtið tamaríníð og setjið vökvann til hliðar. Fleygðu leifunum.

c) Hitið jurtaolíuna í stórri pönnu. Bætið sinnepsfræjunum og fenugreekfræjunum út í. Þegar þeir byrja að sprauta, bætið við karrýlaufunum, lauknum og grænum chili. Steikið í 7 til 8 mínútur eða þar til laukurinn er orðinn vel brúnaður.

d) Bætið tómötunum út í og eldið í 8 mínútur í viðbót eða þar til olían er farin að skiljast frá hliðum blöndunnar. Bætið við 1/2 tsk túrmerik sem eftir er, rauðu chili, kóríanderfræ, kókos og salti; blandið vel saman og eldið í 30 sekúndur í viðbót.

e) Bætið við vatninu og sigtuðu tamarindinu; látið suðuna koma upp. Lækkið hitann og bætið fiskinum út í. Eldið við lágan hita í 10 til 15 mínútur eða þar til fiskurinn er alveg eldaður. Berið fram heitt.

77. Lax í karrý með saffranbragði

HRÁEFNI:

- 4 matskeiðar jurtaolía
- 1 stór laukur, smátt saxaður
- teskeið engifer-hvítlauksmauk
- 1/2 tsk rautt chili duft
- 1/4 tsk túrmerikduft
- teskeiðar kóríanderduft
- Borðsalt, eftir smekk
- 1 punds lax, úrbeinaður og
- teningur
- 1/2 bolli hrein jógúrt, þeytt
- 1 tsk Ristað saffran

LEIÐBEININGAR:

a) Hitið jurtaolíuna í stórri, nonstick pönnu. Bætið lauknum út í og steikið í 3 til 4 mínútur eða þar til hann er gegnsær. Bætið engifer-hvítlauksmaukinu út í og steikið í 1 mínútu.

b) Bætið rauða chili duftinu, túrmerik, kóríander og salti saman við; blandið vel saman. Bætið laxinum út í og steikið í 3 til 4 mínútur. Bætið jógúrtinni út í og lækkið hitann. Látið malla þar til laxinn er eldaður í gegn. Bætið saffran út í og blandið vel saman. Eldið í 1 mínútu. Berið fram heitt.

78. Okra karrí

HRÁEFNI:

- 250 g okra (dömufingur) – skorið í eins cm bita
- 2 matskeiðar rifinn engifer
- 1 matskeið sinnepsfræ
- 1/2 matskeið kúmenfræ
- 2 matskeiðar olía
- Salt eftir smekk
- Klípa asafetida
- 2-3 matskeiðar ristað hnetuduft
- Kóríander lauf

LEIÐBEININGAR:

a) Hitið olíuna og bætið sinnepsfræjunum út í. Þegar þær springa bætið við kúmeni, asafetida og engifer. Eldið í 30 sekúndur.

b) Bætið okrinu og salti út í og hrærið þar til það er eldað. Bætið hnetuduftinu út í, eldið í 30 sekúndur í viðbót.

c) Berið fram með kóríanderlaufum.

79.Grænmetis kókos karrý

HRÁEFNI:

- 2 meðalstórar kartöflur, skornar í teninga
- 1 1/2 bolli blómkál – skorið í báta
- 3 tómatar r saxaðir í stóra bita
- 1 matskeið olía
- 1 matskeið sinnepsfræ
- 1 matskeið kúmenfræ
- 5-6 karríblöð
- Klípa túrmerik – valfrjálst
- 1 matskeið rifinn engifer
- Fersk kóríanderblöð
- Salt eftir smekk
- Fersk eða þurrkuð kókos – rifin

LEIÐBEININGAR:

a) Hitið olíuna og bætið síðan sinnepsfræjunum út í. Þegar þær springa bætið við afganginum af kryddinu og eldið í 30 sekúndur.

b) Bætið blómkálinu, tómötunum og kartöflunum ásamt smá vatni út í, setjið lok á og látið malla, hrærið af og til þar til það er soðið. Það ætti að vera smá vökvi eftir. Ef þið viljið þurrt karrý þá steikið í nokkrar mínútur þar til vatnið hefur gufað upp.

c) Bætið við kókos, salti og kóríanderlaufum.

80. Basic grænmetiskarrí

HRÁEFNI:

- 250 g grænmeti - saxað
- 1 tsk olía
- ½ tsk sinnepsfræ
- ½ tsk kúmenfræ
- Klípa asafetida
- 4-5 karrýblöð
- ¼ tsk túrmerik
- ½ tsk kóríanderduft
- Klípa chilli duft
- Rifinn engifer
- Fersk kóríanderblöð
- Sykur / jaggery og salt eftir smekk
- Fersk eða þurrkuð kókos

LEIÐBEININGAR:

a) Skerið grænmeti í litla bita (1–2 cm) eftir grænmeti.
b) Hitið olíuna og bætið síðan sinnepsfræjunum út í. Þegar þær springa bætið við kúmeninu, engiferinu og restinni af kryddunum.
c) Bætið grænmetinu út í og eldið. Á þessum tímapunkti gætirðu viljað steikja grænmetið þar til það er soðið eða bæta við vatni, hylja pottinn og malla.
d) Þegar grænmetið er soðið bætt við sykri, salti, kókos og kóríander.

81. Hvítkál karrý

HRÁEFNI:

- 3 bollar hvítkál – rifið niður
- 1 tsk olía
- 1 tsk sinnepsfræ
- 1 tsk kúmenfræ
- 4-5 karrýblöð
- Klípa túrmerik r valfrjálst
- 1 tsk rifinn engifer
- Fersk kóríanderblöð
- Salt fyrir bragðið
- Valfrjálst - ½ bolli grænar baunir

LEIÐBEININGAR:

a) Hitið olíuna og bætið síðan sinnepsfræjunum út í. Þegar þær springa bætið við afganginum af kryddinu og eldið í 30 sekúndur.

b) Bætið kálinu og öðru grænmeti við ef það er notað, hrærið af og til þar til það er vel soðið. Ef þörf krefur má bæta við vatni.

c) Bætið salti eftir smekk og kóríanderlaufum.

82. Blómkálskarrí

HRÁEFNI:

- 3 bollar blómkál – skorið í báta
- 2 tómatar – saxaðir
- 1 tsk olía
- 1 tsk sinnepsfræ
- 1 tsk kúmenfræ
- Klípa túrmerik
- 1 tsk rifinn engifer
- Fersk kóríanderblöð
- Salt eftir smekk
- Fersk eða þurrkuð kókos – rifin

LEIÐBEININGAR:

a) Hitið olíuna og bætið síðan sinnepsfræjunum út í. Þegar þær springa bætið við afganginum af kryddinu og eldið í 30 sekúndur. Ef þú notar þá skaltu bæta við tómötunum á þessum tímapunkti og elda í 5 mínútur.

b) Bætið blómkálinu og smá vatni út í, setjið lok á og látið malla, hrærið af og til þar til það er vel soðið. Ef óskað er eftir þurrara karrýi, þá er lokið á síðustu mínútunum tekið af og steikt. Bætið við kókos á síðustu mínútunum.

83. Blómkál og kartöflukarrí

HRÁEFNI:
- 2 bollar blómkál – skorið í báta
- 2 meðalstórar kartöflur, skornar í teninga
- 1 tsk olía
- 1 tsk sinnepsfræ
- 1 tsk kúmenfræ
- 5-6 karríblöð
- Klípa túrmerik – valfrjálst
- 1 tsk rifinn engifer
- Fersk kóríanderblöð
- Salt eftir smekk
- Fersk eða þurrkuð kókos – rifin
- Sítrónusafi - eftir smekk

LEIÐBEININGAR:
a) Hitið olíuna og bætið síðan sinnepsfræjunum út í. Þegar þær springa bætið við afganginum af kryddinu og eldið í 30 sekúndur.

b) Bætið blómkálinu og kartöflunum ásamt smá vatni út í, setjið lok á og látið malla, hrærið af og til þar til það er næstum soðið.

c) Takið lokið af og steikið þar til grænmetið er soðið og vatnið gufað upp.

d) Bætið við kókos, salti, kóríanderlaufum og sítrónusafa.

84. Blandað grænmeti og linsukarrý

HRÁEFNI:
- ¼ bolli toor eða mung dal
- ½ bolli grænmeti - skorið í sneiðar
- 1 bolli vatn
- 2 tsk olía
- ½ tsk kúmenfræ
- ½ tsk rifinn engifer
- 5-6 karríblöð
- 2 tómatar – saxaðir
- Sítróna eða tamarind eftir smekk
- Jaggery eftir smekk
- ½ salt eða eftir smekk
- Sambhar masala
- Kóríander lauf
- Fersk eða þurrkuð kókos

LEIÐBEININGAR:

a) Sjóðið saman mat og grænmeti í hraðsuðukatli 15–20 mínútur (1 flauta) eða í potti.

b) Hitið olíu á sérstakri pönnu og bætið við kúmenfræjum, engifer og karrýlaufum. Bætið tómötum út í og eldið í 3-4 mínútur.

c) Bætið sambhar masala blöndunni og grænmetisdalblöndunni saman við.

d) Sjóðið saman í eina mínútu og síðan og bætið við tamarind eða sítrónu, jaggery og salti. Sjóðið í 2-3 mínútur í viðbót. Skreytið með kókos og kóríander

85. Kartöflur, blómkál og tómatar karrý

HRÁEFNI:

- 2 meðalstórar kartöflur, skornar í teninga
- 1 1/2 bollar blómkál, skorið í báta
- 3 tómatar r saxaðir í stóra bita
- 1 tsk olía
- 1 tsk sinnepsfræ
- 1 tsk kúmenfræ
- 5-6 karríblöð
- Klípa túrmerik – valfrjálst
- 1 tsk rifinn engifer
- Fersk kóríanderblöð
- Fersk eða þurrkuð kókos – rifin

LEIÐBEININGAR:

a) Hitið olíuna og bætið síðan sinnepsfræjunum út í. Þegar þær springa bætið við afganginum af kryddinu og eldið í 30 sekúndur.

b) Bætið blómkálinu, tómötunum og kartöflunum ásamt smá vatni út í, setjið lok á og látið malla, hrærið af og til þar til það er soðið. Bætið við kókos, salti og kóríanderlaufum.

86.Grasker karrý

HRÁEFNI:
- 3 bollar grasker – skorið í 1–2 cm bita
- 2 tsk olía
- ½ tsk sinnepsfræ
- ½ tsk kúmenfræ
- Klípa asafetida
- 5-6 karríblöð
- ¼ tsk fenugreek fræ
- 1/4 tsk fennel fræ
- 1/2 tsk rifinn engifer
- 1 tsk tamarindmauk
- 2 matskeiðar – þurr, möluð kókos
- 2 matskeiðar ristaðar jarðhnetur
- Salt og púðursykur eða jaggery eftir smekk
- Fersk kóríanderblöð

LEIÐBEININGAR:
a) Hitið olíuna og bætið sinnepsfræjunum út í. Þegar þær poppa, bætið við kúmeni, fenugreek, asafetida, engifer, karrýlaufum og fennel. Eldið í 30 sekúndur.
b) Bætið við graskeri og salti.
c) Bætið tamarindmaukinu eða vatni með kvoða inni í. Bæta við jaggery eða púðursykri.
d) Bætið við möluðum kókos og hnetudufti. Eldið í nokkrar mínútur í viðbót.
e) Bætið fersku söxuðu kóríander út í.

87. Hrærið Grænmeti

HRÁEFNI:
- 3 bollar niðurskorið grænmeti
- 2 tsk rifið engifer
- 1 tsk olía
- ¼ tsk asafetida
- 1 matskeið sojasósa
- Ferskar kryddjurtir

LEIÐBEININGAR:
a) Hitið olíuna á pönnu. Bætið asafetida og engifer út í. Steikið í 30 sekúndur.
b) Bætið við grænmetinu sem þarf að elda lengst eins og kartöflur og gulrót. Steikið í eina mínútu og bætið svo við smá vatni, setjið lok á og látið malla þar til það er hálf eldað.
c) Bætið restinni af grænmetinu við eins og tómötum, maís og grænum pipar. Bætið sojasósunni, sykri og salti út í. Lokið og látið malla þar til það er næstum eldað.
d) Takið lokið af og steikið í nokkrar mínútur í viðbót.
e) Bætið ferskum kryddjurtum út í og látið kryddjurtirnar blandast saman við grænmetið í nokkrar mínútur.

88.Tómatkarrí

HRÁEFNI:

- 250g tómatar - saxaðir í einn tommu bita
- 1 tsk olía
- ½ tsk sinnepsfræ
- ½ tsk kúmenfræ
- 4-5 karrýblöð
- Klípa túrmerik
- Klípa asafetida
- 1 tsk rifinn engifer
- 1 kartöflu – soðin og stappuð – valfrjálst – til að þykkna
- 1 til 2 matskeiðar ristað hnetuduft
- 1 matskeið þurr kókos – valfrjálst
- Sykur og salt eftir smekk
- Kóríander lauf

LEIÐBEININGAR:

a) Hitið olíuna og bætið sinnepsfræjunum út í. Þegar þær springa bætið við kúmeninu, karrýlaufunum, túrmerikinu, asafetida og engiferinu. Eldið í 30 sekúndur.

b) Bætið tómötunum út í og haltu áfram að hræra af og til þar til hann er eldaður. Vatni er hægt að bæta við fyrir fljótandi karrý.

c) Bætið ristuðu hnetuduftinu, sykri, salti og kókos saman við ef þú notar það ásamt kartöflumúsinni. Eldið í eina mínútu í viðbót. Berið fram með ferskum kóríanderlaufum.

89. Hvítt grasakarrý

HRÁEFNI:

- 250 g hvítur grasker
- 1 tsk olía
- ½ tsk sinnepsfræ
- ½ tsk kúmenfræ
- 4-5 karrýblöð
- Klípa túrmerik
- Klípa asafetida
- 1 tsk rifinn engifer
- 1 til 2 matskeiðar ristað hnetuduft
- Púðursykur og salt eftir smekk

LEIÐBEININGAR:

a) Hitið olíuna og bætið sinnepsfræjunum út í. Þegar þær springa bætið við kúmeninu, karrýlaufunum, túrmerikinu, asafetida og engiferinu. Eldið í 30 sekúndur.

b) Bætið hvíta graskerinu út í, smá vatni, loki á og látið malla, hrærið af og til þar til það er soðið.

c) Bætið ristuðu hnetuduftinu, sykri og salti út í og eldið í eina mínútu í viðbót.

EFTIRLITUR

90.Chai Latte bollakökur

HRÁEFNI:
FYRIR CHAI KRYDDBLANDUNA:
- 2 og ½ tsk malaður kanill
- 1 og ¼ tsk malað engifer
- 1 og ¼ tsk mala kardimommur
- ½ tsk malað pipar

FYRIR bollakökurnar:
- 1 poki af chai te
- ½ bolli (120 ml) nýmjólk, við stofuhita
- 1 og ¾ bollar (207g) kökuhveiti (skeiðað og jafnað)
- 3 og ½ tsk chai kryddblanda (að ofan)
- ¾ tsk lyftiduft
- ¼ tsk matarsódi
- ¼ teskeið salt
- ½ bolli ósaltað smjör, mildað
- 1 bolli kornsykur
- 3 stórar eggjahvítur, við stofuhita
- 2 tsk hreint vanilluþykkni
- ½ bolli sýrður rjómi eða hrein jógúrt, við stofuhita

FYRIR CHAI KRYDDSMjörkremið:
- 1 og ½ bolli ósaltað smjör, mildað
- 5,5 – 6 bollar sælgætissykur
- 2 tsk chai kryddblanda, skipt
- ¼ bolli þungur rjómi
- 2 tsk hreint vanilluþykkni
- Klípa af salti

VALFRJÁLST FYRIR SKREIT:
- Kanillstangir

LEIÐBEININGAR:
UNDIRBÚÐU CHAI KRYDDBLANDAN:
a) Sameina allt chai kryddið til að búa til kryddblönduna. Þú þarft alls 5 og ½ teskeiðar fyrir bollakökudeigið, smjörkremið og skreytið.

b) Hitið mjólk þar til hún er heit (en ekki sjóðandi), hellið henni síðan yfir chai tepokann. Leyfið því að malla í 20-30 mínútur. Gakktu úr skugga um að chai mjólkin sé við stofuhita áður en hún er notuð í bollakökudeigið. Þetta má útbúa daginn áður og geyma í kæli.

c) Forhitið ofninn í 350°F (177°C) og klæðið muffinsform með bollakökufóðri. Undirbúðu aðra pönnu með 2-3 fóðrum eins og þessi uppskrift

GERÐU KÚLAKÖKUNA:

d) Í sérstakri skál, þeytið saman kökuhveiti, 3 og ½ tsk af chai kryddblöndu, lyftidufti, matarsóda og salti. Setjið þessa þurru blöndu til hliðar.
e) Þeytið smjörið og strásykurinn saman með handþeytara eða hrærivél þar til það er slétt og rjómakennt (um það bil 2 mínútur). Skafið niður hliðarnar á skálinni eftir þörfum. Bætið eggjahvítunum út í og haltu áfram að þeyta þar til blandast saman (um það bil 2 mínútur í viðbót). Blandið sýrða rjómanum og vanilluþykkni saman við.
f) Á lágum hraða skaltu bæta þurrefnunum smám saman við blautu blönduna. Blandið þar til það er bara blandað saman. Síðan, með hrærivélina enn á lágum, hellið rólega chai mjólkinni út í, blandið þar til það hefur blandast saman. Forðastu ofblöndun; deigið á að vera örlítið þykkt og arómatískt.
g) Skiptið deiginu í bollakökufóður, fyllið hvern um ⅔ fullt.
h) Bakið í 20-22 mínútur, eða þar til tannstöngull sem stungið er í miðjuna kemur hreinn út.
i) Fyrir smábollur, bakið í um það bil 11-13 mínútur við sama ofnhita. Leyfið bollunum að kólna alveg áður en þær eru settar í frost.
j) Búðu til Chai Spice Buttercream: Notaðu handfesta eða standa hrærivél með spaðafestingu, þeytið mjúka smjörið á meðalhraða þar til rjómakennt (um það bil 2 mínútur). Bætið við 5½ bollum (660 g) af sælgætissykri, þungum rjóma, 1¾ tsk af chai kryddblöndu, vanilluþykkni og klípu af salti.
k) Byrjaðu á lágum hraða í 30 sekúndur, aukið síðan í háan hraða og þeytið í 2 mínútur. Ef frostið virðist hrokkið eða feitt skaltu bæta við meiri sykri úr sælgæti til að ná mjúkri þéttleika.
l) Þú getur sett allt að ½ bolla af sælgætissykri til viðbótar ef þörf krefur. Ef frostið er of þykkt skaltu bæta við matskeið af rjóma. Smakkið til og stillið saltið til ef frostið er of sætt.
m) Frostið kældar bollakökurnar og skreytið að vild. Notaðu Wilton 8B pípuodda, bætið við kanilstöngum til skrauts og stráið með blöndu af afgangs chai kryddblöndunni og klípu af strásykri.
n) Geymið afganga í kæli í allt að 5 daga.
o) Njóttu heimabökuðu chai latte bollakökurnar þínar!

91. Masala Panna Cotta

HRÁEFNI:

- ¼ bolli Mjólk
- 1 matskeið telauf
- 1 kanilstöng
- 2 negull kardimommur
- ½ tsk Múskat
- 2 bollar ferskur rjómi
- ⅓ bolli sykur
- Smá af svörtum pipar
- 1 tsk vanilluþykkni
- 1 tsk gelatín
- 3 matskeiðar kalt vatn

LEIÐBEININGAR:

a) Byrjaðu á því að smyrja innra hluta fjögurra sex únsa ramekins með smá olíu. Þurrkaðu þær til að fjarlægja umfram olíu.

b) Blandið saman mjólk, telaufum, kanil, kardimommum og múskati í pott. Látið suðuna koma upp, lækkið hitann og látið malla í 2-3 mínútur.

c) Bætið rjóma, sykri og smá svörtum pipar í pottinn. Þeytið við vægan hita þar til sykurinn leysist alveg upp. Blandið vanilluþykkni út í.

d) Á meðan blandan er að malla, blómstraðu gelatíninu með því að bæta því við kalt vatn. Þegar það hefur blómstrað að fullu skaltu blanda því inn í panna cotta blönduna og tryggja að það sé vel blandað saman.

e) Sigtið blönduna með sigti og ostaklút til að fjarlægja allt sem eftir er af seti. Skiptu þessari sléttu blöndu í tilbúnu ramekinunum og láttu þær kólna niður í stofuhita. Eftir það skaltu geyma þær í kæli í að minnsta kosti 3 klukkustundir, en þær geta verið í kæli í allt að einn dag.

f) Til að móta panna cottaið skaltu keyra varlega hníf meðfram brúnum hvers ramekins. Dýfðu síðan ramekinunum stuttlega í heitt vatn í um það bil 3-4 sekúndur. Leyfðu þeim að sitja í 5 sekúndur í viðbót og hvolfið þeim síðan á disk. Bankaðu rólega til að hjálpa panna cotta losuninni.

g) Njóttu stórkostlega Masala Chai Panna Cotta þinnar!

92.Masala hrísgrjónabúðingur

HRÁEFNI:

FYRIR hrísgrjónin:
- 1 ½ bolli vatn
- 1 (3 tommu) kanilstöng
- 1 heil stjörnuanís
- 1 bolli jasmín hrísgrjón

FYRIR BÚÐINGINN:
- 1 ¼ tsk malaður kanill, auk meira til að skreyta
- 1 tsk malað engifer
- ¾ tsk möluð kardimommur
- ½ tsk kosher salt
- Klípa af möluðum svörtum pipar
- 1 tsk vanilluþykkni
- 3 (13 ½ aura) dósir af ósykri kókosmjólk, skipt
- 1 bolli pakkaður púðursykur
- Ristar kókosflögur, valfrjálst skraut

LEIÐBEININGAR:

a) Blandið saman vatni, kanilstöng og stjörnuanís í 4 lítra potti og látið sjóða við meðalháan hita. Bætið hrísgrjónunum út í og lækkið hitann í lágan. Lokið pottinum og látið gufa þar til hann er ekki lengur stökkur, um það bil 15 mínútur.

b) Blandið kryddinu saman í lítilli skál. Bætið vanilluþykkni og ¼ bolla af kókosmjólkinni við kryddin og þeytið til að mynda slétt deig. Þetta kemur í veg fyrir að kryddin klessist saman þegar þú bætir þeim við gufusoðnu hrísgrjónin.

c) Þegar hrísgrjónin eru búin að eldast skaltu bæta 4 bollum af kókosmjólkinni og kryddmaukinu í pottinn. Skafið botninn á pottinum til að losa um hrísgrjón sem kunna að vera fast.

d) Látið blönduna malla við lágan hita, án loks, og eldið án þess að hræra í í 15 mínútur. Yfirborð hrísgrjónabúðingsins ætti að mynda litlar loftbólur; ef stórar loftbólur sem hreyfast hratt brjóta yfirborð mjólkarinnar skaltu lækka hitastigið. Ekki hræra því þú vilt ekki að hrísgrjónin brotni í sundur. Húð mun myndast á yfirborðinu, en það er allt í lagi!

e) Eftir 15 mínútur, bætið púðursykrinum út í og hrærið búðinginn (einnig hrærið í hvaða hýði sem myndast). Þegar þú skafar botninn á pottinum mun hann hljóma eins og ryðjandi pappír. Látið malla í 20 mínútur í viðbót, hrærið oft í, eða þar til búðingurinn hefur þykknað að majónesi.

f) Fjarlægðu kanilstöngina og stjörnuanísinn úr búðingnum og fargið. Flyttu búðinginn yfir í grunnt fat (eins og tertudisk eða eldfast mót) og kældu án loks í kæli þar til hann er kaldur, að minnsta kosti 3 klukkustundir eða allt að yfir nótt.

g) Rétt áður en borið er fram skaltu hræra afganginum af kókosmjólkinni út í. Setjið búðinginn með skeið í einstaka rétti og skreytið með stökki af möluðum kanil og ristuðum kókosflögum.

h) Geymið afganga í lokuðu íláti í kæli í allt að 3 daga.

93.Chai ís

Hráefni:
- 2 stjörnu anísstjörnur
- 10 heil negul
- 10 heilir kryddjurtir
- 2 kanilstangir
- 10 heil hvít piparkorn
- 4 kardimommubelgir, opnaðir fyrir fræ
- ¼ bolli fyllt svart te (Ceylon eða enskur morgunverður)
- 1 bolli mjólk
- 2 bollar þungur rjómi (skiptur, 1 bolli og 1 bolli)
- ¾ bolli sykur
- Smá salt
- 6 eggjarauður (sjá hvernig á að aðskilja egg)

LEIÐBEININGAR:

a) Setjið 1 bolla af mjólk, 1 bolla af rjómanum og chai kryddinu í þungan pott - stjörnuanís, negul, allrahanda krydd, kanilstangir, hvít piparkorn og kardimommukrydd og smá salt.

b) Hitið blönduna þar til hún er gufusoðin (ekki sjóðandi) og heit að snerta. Lækkið hitann til að hlýna, hyljið og látið standa í 1 klst.

c) Hitið blönduna aftur þar til hún er rjúkandi heit (aftur ekki sjóðandi), bætið svörtu telaufunum út í, takið af hellunni, hrærið teinu saman við og látið malla í 15 mínútur.

d) Notaðu fínt möskva sigti til að sigta teið og kryddið, helltu mjólkurrjómablöndunni í sérstaka skál.

e) Setjið mjólkur-rjómablönduna aftur í þykkbotna pottinn. Bætið sykrinum út í mjólkur-rjómablönduna og hitið, hrærið, þar til sykurinn er alveg uppleystur.

f) Á meðan teið er innrennsli í fyrra skrefi, undirbúið þá 1 bolla af rjóma sem eftir er yfir ísbaði.

g) Hellið rjómanum í meðalstóra málmskál og setjið það í ísvatn (með miklum klaka) yfir stærri skál. Setjið netsíu ofan á skálarnar. Setja til hliðar.

h) Þeytið eggjarauður í meðalstórri skál. Hellið hituðu mjólkurrjómablöndunni hægt út í eggjarauðurnar og þeytið stöðugt þannig að eggjarauðurnar temprast af hlýju blöndunni en ekki eldaðar af henni. Skafið hituðu eggjarauðurnar aftur í pottinn.

i) Setjið pottinn aftur á helluna, hrærið stöðugt í blöndunni við meðalhita með tréskeið, skafið botninn um leið og þið hrærið þar til blandan þykknar og klæðir skeiðina þannig að hægt sé að renna fingrinum yfir húðina og láta húðina ekki renna. Þetta getur tekið um 10 mínútur.

j) Um leið og þetta gerist skal taka blönduna strax af hitanum og hella í gegnum sigtið yfir ísbaðið til að stöðva eldunina í næsta skrefi.

94.Masala ostakaka

HRÁEFNI:
CHAI KRYDDBLANDNING
- 1 tsk malað engifer
- 1 tsk malaður kanill
- ½ teskeið af möluðum negul, múskati og kardimommum

SKORPU
- 7 aura Biscoff/Speculoos kex, fínmulið
- 1 aura smjör, brætt
- 1 ½ teskeið af Chai kryddblöndu

OSTAKÖKUFYLLING
- 16 aura rjómaostur, mildaður
- ½ bolli hrúgaður kornsykur
- 2 aura sýrður rjómi
- 1 aura Heavy Cream
- 1 vanillustöng, skafin
- 2 tsk Chai kryddblanda
- 2 stór egg, við stofuhita

TOPPING
- 8 aura þungur þeyttur rjómi
- 1 tsk vanilluþykkni
- 2 matskeiðar Púðursykur
- 2 tsk þurrmjólkurduft

LEIÐBEININGAR:
CHAI KRYDDBLANDNING
a) Hitið ofninn í 350 F og smyrjið 8 tommu springform eða 8 tommu pönnu með lausan botn. Leggðu það til hliðar.
b) Í lítilli skál, sameina malað engifer, kanil, negul, múskat og kardimommur. Þeytið þar til það hefur blandast vel saman. Setja til hliðar.

SKORPU
c) Bætið Biscoff kexinu saman við í matvinnsluvél og pulsið þar til þau verða að fínum mola.

d) Í stórri skál, bætið molunum, 1 ½ tsk af Chai kryddi og bræddu smjöri út í. Blandið til að blanda saman.

e) Þrýstu blöndunni jafnt upp með hliðum og botni pönnunar. Bakið í 10 mínútur í ofni.

OSTAKAKA

f) Bætið rjómaosti í skál rafmagnshrærivélar sem er með hjólafestingu. Þeytið í eina mínútu.
g) Bætið við sykri, sýrðum rjóma, þungum rjóma, vanillubaunum og 2 tsk af Chai Spice. Blandið þar til blandast saman.
h) Þegar búið er að blanda saman, bætið eggjunum við einu í einu, bara þar til það hefur blandast saman. Forðist ofblöndun til að koma í veg fyrir sprungur.
i) Hellið ostakökublöndunni í forbökuðu skorpuna.
j) Settu pönnuna í 10 tommu hringlaga pönnu eða settu þykkt lag af álpappír um og upp á hliðar pönnunnar (þetta kemur í veg fyrir að vatn komist inn í pönnuna).
k) Setjið pönnurnar í steikarpönnu og hellið vatni í steikarpönnuna þar til það er hálft upp á hliðar ostakökuformanna. Gætið þess að skvetta ekki vatni inn í ostakökuna.
l) Bakið í 60-70 mínútur, eða þar til aðeins miðjan á ostakökunni kippist við.
m) Þegar hún er bakuð skaltu slökkva á ofninum og láta ostakökuna kólna inni í ofni í 1 klukkustund. Kældu síðan á borðinu í klukkutíma til viðbótar og kældu í að minnsta kosti 8 klukkustundir. Nótt er best.

TOPPING

n) Þeytið þungan rjóma, vanilluþykkni, flórsykur og þurrmjólkurduft í skál með hrærivél með þeytara þar til stífir toppar myndast.
o) Bætið þeyttum rjóma saman við í sprautupoka með stjörnuodda og leggið á kældu ostakökuna.
p) Stráið afganginum af Chai kryddinu ofan á ostakökuna og þeytta rjómann.
q) Geymið í ísskáp.

95. Masala Chai Tiramisu

HRÁEFNI:
FYRIR MASALA CHAI:
- 1 bolli hálf og hálf eða nýmjólk
- ¼ bolli þungur rjómi
- ½ tommu ferskt engifer, barið gróft í mortéli
- 1,5 matskeiðar laust svart te eða 3 svartir tepokar
- 1 tsk chai masala
- 2 matskeiðar sykur

FYRIR MASCARPONE-ÞEYTANNA:
- 8 aura mascarpone ostur við stofuhita
- 1,5 bollar þungur rjómi
- ½ bolli kornsykur (má fara niður í ⅓ bolla)
- 1,5 tsk chai masala
- 20 ladyfingers

FYRIR CHAI MASALA:
- 8 grænir kardimommubelgir
- 2 negull
- Klípa af anísdufti
- ¼ tsk múskat, nýrifinn
- ¼ tsk svartur piparduft
- ½ tsk malaður kanill

LEIÐBEININGAR:
GERÐU CHAI MASALA:
a) Opnaðu kardimommubungurnar og þeyttu fræjunum fínt ásamt negul í mortéli og stöpli eða notaðu sérstaka krydd/kaffi kvörn.
b) Í lítilli skál, blandaðu duftforminu kardimommunni og negulnum saman við anís, múskat, svörtum pipardufti og möluðum kanil. Chai masala þinn er tilbúinn.

GERÐ MASALA CHAI:
c) Blandið saman helmingnum og hálfum og þungum rjóma í litlum potti. Sett á eldavél. Þegar þú sérð loftbólur á hliðum pottsins skaltu bæta við engiferinu, chai masala, svörtu telaufunum og sykri.
d) Látið suðuna koma upp og lækkið svo hitann í lágan-miðlungs. Látið chai brugga í 5-8 mínútur. Fylgstu vel með til að forðast bruna.
e) Þegar chaiið er bruggað og orðið þykkt og ákaflega brúnt á litinn skaltu sía það með tesíu í stóran bolla og láta það kólna.

f) Það myndast filma þegar chai kólnar, sem er eðlilegt, svo síaðu því aftur í lítinn fat.

GERÐU ÞRITT MASCARPONE:

g) Bætið mýktum mascarpone saman við chai masala og 2-3 matskeiðar af þungum rjóma. Þeytið á miðlungs með hrærivél eða handþeytara í 30-45 sekúndur þar til það er létt loftkennt.

h) Bætið restinni af þunga rjómanum í skálina og þeytið þar til þú sérð mjúka toppa. Bætið sykrinum rólega út í og haltu áfram að þeyta þar til þú sérð stífa toppa.

Settu saman TIRAMISU:

i) Dýfðu ladyfingers í masala chai í að hámarki 3 sekúndur (annars verða þær blautar). Settu þau í eitt lag neðst á 8x8 pönnu. Forðastu að pakka dömufingunum of þétt.

j) Bætið helmingnum af þeyttu mascarpone blöndunni ofan á ladyfingers. Sléttu það út með spaða.

k) Endurtaktu með öðru lagi af chai-dýfðum ladyfingers. Setjið afganginn af mascarpone blöndunni ofan á og notið spaða til að slétta hana út.

l) Hyljið matarfilmu á pönnuna og geymið í kæli í að minnsta kosti 6 klukkustundir (helst yfir nótt).

m) Stráið smá af chai masala yfir áður en borið er fram.

96. Chai Spice Apple Crisp

HRÁEFNI:
FYRIR CHAI KRYDD EPLAFYLLINGuna:
- 10 meðalstór epli, afhýdd og skorin í ¼" sneiðar
- 2 tsk ferskur sítrónusafi
- 2 matskeiðar alhliða hveiti
- ½ bolli kornsykur
- 1 og ½ tsk malaður kanill
- 1 tsk malað engifer
- ½ tsk múskat
- ¼ teskeið negull
- ¼ teskeið af kryddjurtum
- ¼ tsk möluð kardimommur
- ⅛ teskeið malaður svartur pipar

FYRIR HARFUR CHAI CRISP TOPPING:
- 8 aura ósaltað smjör, við stofuhita, skorið í teninga
- 1 og ½ bolli gamaldags hafrar
- ¾ bolli kornsykur
- ¾ bolli ljós púðursykur, þétt pakkaður
- ¾ tsk malaður kanill
- ½ tsk malað engifer
- ¼ tsk malaður negull
- ¼ teskeið af kryddjurtum
- ¼ tsk möluð kardimommur
- ⅛ teskeið malaður svartur pipar
- 1 bolli alhliða hveiti

LEIÐBEININGAR:

FYRIR CHAI KRYDD EPLAFYLLINGuna:

a) Forhitið ofninn í 375 gráður (F). Smyrjið létt 9x13 tommu ofnform.
b) Setjið sneið eplin í stóra skál og blandið saman við sítrónusafann.
c) Blandið saman hveiti, sykri og kryddi í meðalstórri skál. Stráið þessari blöndu yfir eplin og hrærið vel til að hjúpa.
d) Hellið eplablöndunni í tilbúna bökunarréttinn og setjið til hliðar á meðan þú býrð til mylsnuna.

FYRIR HARFUR CHAI CRISP TOPPING:

e) Í stórri skál skaltu sameina höfrum, sykri, kryddi og hveiti.
f) Bætið smjörinu í teninga út í og með því að nota tvo gaffla eða sætabrauðsblöndunartæki, skerið smjörið í þurru hráefnin þar til blandan líkist grófri máltíð.
g) Stráið álegginu jafnt yfir eplin.
h) Setjið pönnuna í ofninn og bakið í 45 til 50 mínútur, eða þar til toppurinn er gullinbrúnn og eplin eru að freyða.
i) Takið úr ofninum og setjið pönnuna á kæligrindi. Berið fram heitt, helst með ís.

97. Kardimommukrydduð Kheer (indverskur hrísgrjónabúðingur)

HRÁEFNI:
- 1/2 bolli Basmati hrísgrjón
- 4 bollar nýmjólk
- 1/2 bolli sykur
- 1/2 tsk kardimommuduft
- Saffran þræðir (valfrjálst)
- Saxaðar hnetur (möndlur, pistasíuhnetur) til skrauts

LEIÐBEININGAR:
a) Þvoið hrísgrjón og eldið þau í mjólk þar til hrísgrjónin eru mjúk og blandan þykknar.
b) Bætið við sykri, kardimommudufti og saffranþráðum. Eldið þar til kheerið nær rjómalögu.
c) Skreytið með söxuðum hnetum og berið fram annað hvort heitt eða kælt.

98. Gulab Jamun

HRÁEFNI:
- 1 bolli mjólkurduft
- 1/4 bolli alhliða hveiti
- 1/4 bolli ghee (hreinsað smjör)
- Mjólk (eftir þörf til að búa til deig)
- 1 bolli sykur
- 1 bolli vatn
- Kardimommubelgir (muldir)
- Saffran þræðir (valfrjálst)
- Olía eða ghee til steikingar

LEIÐBEININGAR:
a) Blandið saman mjólkurdufti, alhliða hveiti og ghee til að mynda mjúkt deig með mjólk.
b) Skiptið deiginu í litlar kúlur og steikið þær þar til þær eru gullinbrúnar.
c) Á sérstakri pönnu skaltu búa til sykursíróp með sykri, vatni, kardimommum og saffran.
d) Leggið steiktu kúlurnar í sykursírópið í nokkrar klukkustundir áður en þær eru bornar fram.

99. Masala Chai kryddkaka

HRÁEFNI:
- 2 bollar alhliða hveiti
- 1 bolli sykur
- 1 bolli jógúrt
- 1/2 bolli jurtaolía
- 1 tsk lyftiduft
- 1/2 tsk matarsódi
- 1/2 tsk kardimommuduft
- 1/2 tsk kanillduft
- 1/4 tsk engiferduft
- 1/4 tsk negulduft
- Klípa af salti

LEIÐBEININGAR:
a) Forhitið ofninn í 350°F (180°C) og smyrjið kökuform.
b) Blandið öllum þurru hráefnunum saman í skál og hrærið saman jógúrt og olíu í annarri skál.
c) Blandið saman blautu og þurru hráefninu, blandið vel saman og hellið deiginu í kökuformið.
d) Bakið í 30-35 mínútur eða þar til tannstöngli sem stungið er í kemur hreinn út.
e) Látið kökuna kólna áður en hún er borin fram.

100.Chai kryddaðar smákökur

HRÁEFNI:
- 2 bollar stökkt hrísgrjónakorn
- 1 bolli möndlusmjör
- ½ bolli hunang
- 1 tsk chai kryddblanda (kanill, kardimommur, engifer, negull, múskat)
- 1 tsk vanilluþykkni
- Klípa af salti

LEIÐBEININGAR:

a) Blandið saman stökku hrísgrjónakorni og chai kryddblöndu í stórri blöndunarskál.

b) Hitið í litlum potti möndlusmjör, hunang, vanilluþykkni og salt við lágan hita, hrærið þar til það hefur blandast vel saman.

c) Hellið möndlusmjörsblöndunni yfir morgunkornið og kryddblönduna og blandið þar til allt er jafnhúðað.

d) Mótaðu blönduna í smákökur eða þrýstu henni í fóðrað eldfast mót og skera í stangir.

e) Geymið í kæli í um það bil 1 klukkustund eða þar til það er stíft.

NIÐURSTAÐA

Þegar við ljúkum krydd-hlaðinni ferð okkar í gegnum " ENDALA INDVERSKA MASALA BOKS MAÐRABÓKIN" vona ég að eldhúsið þitt hafi orðið striga fyrir líflega litbrigðin og arómatíska sinfóníuna sem skilgreina indverska matargerð. Þessi matreiðslubók er meira en safn uppskrifta; þetta er hátíð fjölbreyttra bragðtegunda og menningarlegra auðlegðar sem gera indverska matreiðslu að alþjóðlegum matreiðslufjársjóði.

Þakka þér fyrir að taka þátt í þessari könnun, allt frá ilmandi kryddmörkuðum til hugljúfra eldhúsanna þar sem masalas skapa töfra. Megi kjarninn í þessum bragðmiklu uppskriftum sitja eftir á heimili þínu og búa ekki bara til máltíðir heldur minningar sem eru fylltar anda Indlands.

Þegar þú smakkar síðustu bitana af þessum réttum skaltu muna að masalakassinn er ekki bara ílát með kryddi - það er hlið að heimi matreiðslumöguleika. Gleðilega eldamennsku og megi eldhúsið þitt halda áfram að fyllast af hlýju, ilm og bragði sem gera indverska matargerð sannarlega einstaka. Shukriya (takk) og gleðilega matreiðslu!

www.ingramcontent.com/pod-product-compliance
Lightning Source LLC
Chambersburg PA
CBHW071330110526
44591CB00010B/1088